PHÚC TRÌNH
A/5630

PHÚC TRÌNH A/5630

PHÚC TRÌNH CỦA PHÁI ĐOÀN ĐIỀU TRA
LIÊN HIỆP QUỐC
VỀ ĐÀN ÁP PHẬT GIÁO
TẠI NAM VIỆT NAM NĂM 1963

NGUYỄN MINH TIẾN

NGUYỄN MINH TIẾN

PHÚC TRÌNH A/5630

PHÚC TRÌNH CỦA PHÁI ĐOÀN ĐIỀU TRA
LIÊN HIỆP QUỐC
VỀ ĐÀN ÁP PHẬT GIÁO
TẠI MIỀN NAM VIỆT NAM NĂM 1963

NHÀ XUẤT BẢN LIÊN PHẬT HỘI
UNITED BUDDHIST PUBLISHER

MỤC LỤC

LỜI DẪN

Phúc trình mang số hiệu A/5630 là báo cáo của Phái đoàn Điều tra Liên Hiệp Quốc tại Nam Việt Nam (*Report of the United Nation Fact-Finding Mission to South Viet-Nam*) được soạn thảo bằng tiếng Anh, tiếng Pháp và tiếng Tây Ban Nha, là kết quả của một cuộc điều tra khách quan do Liên Hiệp Quốc tiến hành thông qua việc chỉ định các đại diện từ 7 quốc gia thành viên cùng một số nhân viên chuyên môn để hỗ trợ hoạt động điều tra. Phái đoàn điều tra này đã đến Nam Việt Nam ngày 24-10-1963 và đến sáng ngày 1-11 thì dự kiến sẽ hoàn tất công việc vào cuối ngày 3-11. Tuy nhiên, cuộc chính biến diễn ra trong ngày 1-11 đã làm thay đổi phần cuối kế hoạch, cũng như có thể là nguyên nhân khiến cho Phái đoàn không nhận được những tài liệu quan trọng mà Chính phủ ông Diệm đã hứa sẽ cung cấp. Ngoài ra, để chuẩn bị các phương thức và chương trình hành động sao cho khách quan và hiệu quả, trước đó phái đoàn cũng đã có 4 phiên họp trong thời gian từ ngày 14-10 đến 21-10-1963 tại New York.

Bản Phúc trình A/5630, chỉ riêng phần Anh ngữ dài 93 trang khổ lớn, gồm 4 Chương với 191 phân đoạn (paragraphs) và 16 Phụ lục (Annexes), được phái đoàn trình lên Kỳ họp thường niên lần thứ 18 của Đại Hội Đồng Liên Hiệp Quốc, là tài liệu quan trọng để Đại Hội Đồng thảo luận và xem xét trong phạm vi Đề mục 77 (Item 77) theo Nghị trình Kỳ họp (Agenda) đã được Đại Hội Đồng thông qua trước đó, với tiêu đề chính là *"Vi phạm nhân quyền ở Nam Việt Nam"* (*The violation of human rights in South Viet-Nam*).

Trong thực tế, Đại Hội Đồng đã không tiến hành việc thảo luận Đề mục 77 như trong Nghị trình đã định. Lý do đơn giản là vì đối tượng bị cáo buộc vi phạm nhân quyền, tức Chính phủ Ngô Đình Diệm, đã sụp đổ sau cuộc đảo chính của

Quân đội ngày 1-11-1963. Mặc dù vậy, Phúc trình này đã được chính thức công bố và có thể xem là một văn kiện lịch sử quan trọng, bởi đây là sự ghi nhận khách quan và khoa học của một tổ chức quốc tế lớn nhất hành tinh về những gì Chính phủ Ngô Đình Diệm đã làm tại miền Nam Việt Nam, trong phạm vi liên quan đến cuộc vận động đòi bình đẳng tôn giáo năm 1963 của Phật giáo Việt Nam. Một số luận điệu bóp méo và nhào nặn lịch sử với ý đồ xuyên tạc sẽ bị vạch trần thông qua chính những ghi nhận trung thực từ Phúc trình này.

Bản Phúc trình được thực hiện đúng vào thời điểm căng thẳng nhất của các diễn biến liên quan, khi mà trong tâm tưởng những người chứng kiến vẫn chưa hết sự bàng hoàng, căm phẫn, và khi những dòng máu đỏ trong các chiến dịch đàn áp của Chính phủ Ngô Đình Diệm vẫn còn chưa kịp khô hẳn đi trên thân thể những học sinh, sinh viên và tăng ni cư sĩ hoàn toàn vô tội. Một số lớn các vị vẫn còn đang trong vòng tù tội khi Phái đoàn tiến hành cuộc điều tra.

Thông qua những nội dung ghi nhận trong bản Phúc trình, chúng ta thấy được tư tưởng và cảm xúc của chính những nhân chứng vào thời điểm ngay trước khi Chính phủ Diệm sụp đổ, và cũng thông qua bản Phúc trình, chúng ta thấy được những biện pháp dối trá mà Chính phủ Diệm đã áp dụng để cố làm sai lệch kết quả điều tra. Và bất chấp những đề xuất có chủ ý cũng như những cản trở ngầm từ phía Chính phủ Diệm, Phái đoàn Điều tra của Liên Hiệp Quốc đã hết sức khéo léo trong các quyết định hành động của họ, dẫn đến kết quả là một nội dung Phúc trình vô cùng phong phú và đầy đủ cũng như đảm bảo tính chính xác và khách quan. Những lập luận sai lệch nhằm ý đồ "chạy tội" cho Chính phủ Diệm khi cho rằng *không có đàn áp Phật giáo* sẽ hoàn toàn bị phá vỡ khi chúng ta đối chiếu với những nội dung thực tế được ghi lại trong Phúc trình này.

Với các ý nghĩa nêu trên, sự xem xét của Đại Hội Đồng Liên Hiệp Quốc về vấn đề này hoàn toàn không cần thiết nữa, bởi không còn bất kỳ biện pháp trừng phạt nào đối với một chế độ có thể xem là nghiêm khắc nặng nề hơn là sự sụp đổ của chính nó. Trong khi đó, tính chất khách quan và trung thực cộng với phương pháp làm việc khéo léo và khoa học mà Phái đoàn điều tra đã áp dụng, tự nó đã là một sự đảm bảo chắc chắn để người đọc bản Phúc trình hoàn toàn có thể tự mình rút ra kết luận.

Khi chọn giới thiệu nội dung bản Phúc trình A/5630 này, chúng tôi hy vọng sẽ cung cấp cho độc giả một nguồn tư liệu quý giá và khách quan để hiểu đúng và hiểu rõ về cuộc vận động bình đẳng tôn giáo năm 1963 của Phật giáo Việt Nam. Toàn văn Phúc trình bằng Anh ngữ (và 5 ngôn ngữ khác là tiếng Ả Rập, tiếng Hoa, tiếng Pháp, tiếng Nga và tiếng Tây Ban Nha) có thể tìm đọc trên Internet.[1] Tuy nhiên, ở một số nội dung quan trọng chúng tôi sẽ in nghiêng và dẫn kèm theo nguyên tác Anh ngữ để độc giả tiện so sánh.

I. THÔNG TIN SƠ LƯỢC

Biến cố đàn áp Phật giáo tại Đài phát thanh Huế ngày 8-5-1963 làm chết 8 Phật tử có thể xem là "giọt nước tràn ly" làm bùng vỡ và vượt quá giới hạn nhẫn nhục chịu đựng của Phật tử đối với sự bất công của Chính quyền Ngô Đình Diệm từ nhiều năm trước đó. Nhiều cuộc biểu tình và các hình thức phản đối khác nhau đã liên tục diễn ra trên phạm vi toàn miền Nam, mà chủ yếu và sôi động nhất vẫn là ở hai thành phố lớn: Huế và Sài Gòn. Sau cuộc tự thiêu của Hòa Thượng Thích Quảng Đức tại Sài Gòn vào ngày 11-6-1963 làm rúng động lương tâm nhân loại, chính quyền Ngô Đình Diệm, hay chính xác hơn là ông Cố vấn Ngô Đình Nhu, đã quyết định dùng vũ lực đập tan

---

[1] http://www.un.org/ga/search/viewm_doc.asp?symbol=A/5630

phong trào đòi bình đẳng tôn giáo của Phật giáo, bất chấp bản Thông cáo chung ngày 16-6-1963 do Ủy ban Liên bộ của Chính phủ cùng ký kết với Ủy ban Liên phái Phật giáo, có chữ ký duyệt khán của chính ông Tổng thống Ngô Đình Diệm, đã cam kết giải quyết thỏa đáng các nguyện vọng chính đáng của Phật giáo.

Đêm 20 rạng ngày 21-8-1963, ông Nhu ra lệnh cho Lực Lượng Đặc Biệt của Đại tá Lê Quang Tung và Cảnh sát Dã chiến tổng tấn công các chùa trên toàn quốc. Chỉ trong mấy giờ đồng hồ thực hiện chiến dịch, chính quyền đã bắt giam 1.426 Tăng Ni và cư sĩ Phật giáo trên toàn lãnh thổ Nam Việt Nam.[1] Toàn bộ thành phần lãnh đạo Phật giáo chỉ trong một đêm đã bị khống chế bằng bạo lực, giam cầm và khủng bố.

Với những hành vi bất chấp đạo lý cũng như công lý, thách thức lương tri loài người khi sử dụng đến các lực lượng vũ trang tinh nhuệ nhất chỉ để đàn áp, vô cớ bắt giam hàng loạt những con người không có khả năng tự vệ, không có vũ khí trong tay, chính quyền Ngô Đình Diệm đã tự dựng lên bức tường ngăn cách giữa họ với phần còn lại của nhân loại. Do đó, hàng loạt các hành động phản đối đã liên tục diễn ra ở cả trong và ngoài nước. Đặc biệt, trong số những người công khai phản đối mạnh mẽ nhất có cả thân phụ và thân mẫu của bà Nhu là Luật sư Trần Văn Chương (Đại sứ Việt Nam Cộng Hòa tại Hoa Kỳ) và bà Thân Thị Nam Trân (Quan sát viên thường trực của Việt Nam Cộng Hòa tại Liên Hiệp Quốc).

Những tin tức không tốt đẹp về sự đàn áp Phật giáo của chính quyền ông Diệm đã lan truyền nhanh chóng ra khắp thế giới, nhất là sau khi những bức ảnh cuộc tự thiêu của Hòa thượng Thích Quảng Đức được công bố trên báo chí. Vào ngày 4-9-1963, đại diện của 14 nước thành viên Liên Hiệp Quốc

---

[1] Theo Điện văn số 320 (Hồ sơ 274) của Tòa Đại sứ Mỹ tại Sài Gòn gửi cho Bộ Ngoại giao Mỹ ngày 24-8, có ghi lời tự bạch của chính Tướng Lê Văn Kim về số liệu này.

bao gồm Afghanistan, Algeria, Cambodia, Ceylon, Guyana, India, Indonesia, Mông Cổ, Nigeria, Pakistan, Rwanda, Sierra Leone, Somalia, Trinidad and Tobago (sau đó có thêm hai nước khác nữa là Mali và Nepal) đã cùng gửi một Thỉnh nguyện thư lên Tổng Thư Ký Liên Hiệp Quốc, yêu cầu đưa thêm vào Nghị trình Kỳ họp thường niên thứ 18 của Đại Hội Đồng Liên Hiệp Quốc một nội dung thảo luận với tiêu đề *"Sự vi phạm nhân quyền ở Nam Việt Nam"* (*The violation of human rights in South Viet-Nam*). Thỉnh nguyện thư này mang số A/5489, được gửi đến cho tất cả các nước thành viên Liên Hiệp Quốc vào ngày 9-9-1963. Một văn bản giải thích về việc này cũng được chuyển đến tất cả các nước thành viên vào ngày 13-9-1963, sau đó đưa vào thành Phụ lục số 1 của Thỉnh nguyện thư nói trên (A/5489/Add.1).

Thỉnh nguyện thư A/5489 đưa ra các cáo buộc cụ thể về sự vi phạm nhân quyền của chính phủ Ngô Đình Diệm, trong đó các sự kiện quan trọng vừa diễn ra tại Việt Nam đều được đề cập đến. Về biến cố ngày 8-5-1963 và hệ quả sau đó, thỉnh nguyện thư nêu rõ:

> *"Nine persons were killed when troops fired on the orders of the Government on the participants. This incident resulted in a request for redress of grievances and the acceptance of responsibility for the killings by the Government. Neither was done, resulting in an increased demand for remedial action. The intensity of feeling against the injustices done by the Government was such that five monks and a nun immolated themselves - a course of action unusual to the followers of the faith."*

> *"Chín người đã bị thiệt mạng khi quân đội nổ súng vào đám đông theo lệnh của Chính phủ. Sự cố này đòi hỏi phải có sự giải quyết thỏa đáng và nhận trách nhiệm về hành vi dẫn đến chết người của Chính phủ. Nhưng*

*cả hai đòi hỏi này đều không được giải quyết thỏa
đáng, kết quả là càng tăng thêm sự phản kháng đòi
hỏi phải có hành động khắc phục hậu quả. Sự phản đối
những bất công của Chính phủ đã gia tăng đến mức độ
có 5 tăng sĩ và một sư cô đã tự thiêu - vốn là một động
thái ứng xử không bình thường đối với các tín đồ Phật
giáo.*"

Và cuộc tấn công thô bạo vào các chùa trên khắp phạm vi
miền Nam Việt Nam vào đêm 20-8-1963 cũng được ghi nhận
chính xác và cụ thể trong bức thỉnh nguyện thư:

*"The appeal for justice from their subjects was met by
threats and ridicule and was followed by an attack,
a little after midnight on Tuesday, 20 August 1963,
on the venerated Xa-Loi Pagoda, the chief shrine in
Saigon of the majority faith. Hordes of armed police
equipped with machine-guns and carbines entered the
precincts of the pagoda and carried away hundreds of
monks and nuns to prisons, after inflicting injury on
them. This action was repeated in the early hours of
the same day in a number of other pagodas throughout
the country. At least 1,000 monks are estimated to be
incarcerated at present. The death toll is not known.*"

*"Sự đòi hỏi công bằng của các công dân [Việt Nam]
được đáp lại bằng sự đe dọa và thô bạo, tiếp theo là một
cuộc tấn công vào chùa Xá Lợi, ngôi chùa tôn nghiêm
nhất Sài Gòn, lúc vừa quá nửa đêm ngày thứ Ba, 20
tháng 8, 1963. Nhiều toán cảnh sát trang bị súng máy
và súng trường đã xâm nhập khuôn viên chùa và bắt
đi hàng trăm tăng ni, đưa vào các nhà tù sau khi đã
gây thương tích cho họ. Hành động này cũng được thực
hiện cùng lúc ở nhiều ngôi chùa khác trong cả nước.
Hiện nay, ước tính ít nhất đã có đến 1.000 nhà sư bị bắt*

giam. Số người chết vẫn chưa được rõ."

Cuộc biểu tình của sinh viên học sinh và phản ứng đàn áp của Chính phủ ông Diệm cũng được ghi nhận:

"Students of Saigon University demonstrating against these arbitrary actions of the Government were arrested by the hundreds on Sunday, 25 August 1963."

"Các sinh viên trường Đại học Sài Gòn đã biểu tình phản đối những hành vi độc đoán của Chính phủ và bị bắt giam lên đến nhiều trăm người vào ngày Chủ nhật, 25-8-1963."

Trước những cáo buộc cụ thể và rõ ràng như thế, tại cuộc họp lần thứ 153 của Ủy ban Thường trực (General Committee) Đại Hội Đồng Liên Hiệp Quốc vào ngày 18-9-1963, Ủy ban đã quyết định đề nghị Đại Hội Đồng đưa Đề mục số 77 vào Nghị trình Kỳ họp thường niên lần thứ 18 với tiêu đề là *"Sự vi phạm nhân quyền ở Nam Việt Nam"* (The violation of human rights in South Viet-Nam).

Đáp lại những cáo buộc của các nước thành viên Liên Hiệp Quốc, Chính phủ Việt Nam Cộng Hòa không thể im lặng. Vào ngày 4-10-1963, họ đã gửi thư lên Đại Hội Đồng, mời đại diện các nước thành viên Liên Hiệp Quốc đến Việt Nam để tìm hiểu sự thật. Bằng cách này, Chính phủ ông Diệm đã quyết định "tiên hạ thủ vi cường" để chứng tỏ mình "trong sạch". Hẳn ông đã phải rất tự tin với các chiêu thức để che đậy những việc đã làm, mà trong số đó thì việc kiểm soát chặt các thành phần chính phủ để họ nói theo ý ông cũng như chuẩn bị các nhân chứng giả là điều chúng ta sẽ dễ dàng nhận ra qua thực tế.

Tại phiên họp thứ 1232 vào ngày 7-10-1963, Đại Hội Đồng Liên Hiệp Quốc đã chấp thuận đề nghị của Ủy ban Thường trực, đưa Đề mục 77 vào Nghị trình Kỳ họp Thường niên lần thứ 18.[1] Đại diện của Costa Rica, mặc dù không ký tên trong Thỉnh nguyện thư trước đó, nhưng đã đề xuất trước Đại Hội Đồng là nên chấp nhận lời mời của Việt Nam Cộng Hòa để *"có sự khảo sát hết sức nghiêm túc và cẩn trọng về tất cả những dữ kiện có thể thu thập được"* (very serious and careful examination of all the available facts).

Trong phiên họp khoáng đại lần thứ 1234 của Đại Hội Đồng, vị Chủ tịch đã công bố việc chỉ định đại diện của 7 nước thành viên để thành lập một Phái đoàn điều tra, bao gồm: Afghanistan, Brazil, Ceylon, Costa Rica, Dahomey, Morocco và Nepal. Đại diện của Afghanistan là ông Abdul Rahman Pazhwak sẽ giữ cương vị Trưởng đoàn. Đáng chú ý là Chủ tịch Đại Hội Đồng đã xác định nhiệm vụ của phái đoàn một cách cụ thể hơn, đó là *"đến Việt Nam Cộng Hòa để tìm hiểu sự thật về tình trạng thực tế ở nước này trong phạm vi mối quan hệ giữa Chính phủ và cộng đồng Phật tử Việt Nam"* (to visit the Republic of Viet-Nam so as to ascertain the facts of the situation in that country as regards relations between the Government of the Republic of Viet-Nam and the Viet-Namese Buddhist community). Như vậy, mục tiêu điều tra về vi phạm nhân quyền đã được khoanh vùng một cách cụ thể hơn là những vi phạm nhắm vào Phật giáo. Hơn thế nữa, Đại Hội Đồng cũng thúc giục *"phái đoàn phải lên đường càng sớm càng tốt để có thể kịp báo cáo kết quả lên Kỳ họp thường niên đang diễn ra"* (The mission will have to leave as soon as possible so that its report can be submitted to the General Assembly at the present session.)

Kỳ họp thường niên của Đại Hội Đồng khai mạc từ tháng 9 và thường sẽ kéo dài đến giữa tháng 12. Vì thế, Đại Hội Đồng đã quyết định sẽ xem xét và cho ý kiến về sự việc này ngay trong Kỳ họp thường niên của năm 1963.

---

[1] Đại Hội Đồng Liên Hiệp Quốc họp thường niên mỗi năm một lần kể từ năm 1945. Kỳ họp thường niên năm 1963 là lần thứ 18.

Về các thành viên, Chủ tịch Đại Hội Đồng đã đích thân chỉ định 7 quốc gia và Chính phủ của mỗi quốc gia tự đề cử người đại diện tham gia. Ngoài ra, Đại Hội Đồng cũng cử thêm một số thành viên chuyên môn để đảm bảo hiệu quả hoạt động tốt nhất cho phái đoàn, bao gồm một Chánh thư ký (*John P. Humphrey*) và hai phụ tá (*Ilhan Lutem* phụ trách điều hành và *Alain L. Dan-geard* phụ trách tài chánh), một Tùy viên Báo chí (*Valieri J. G. Stavridi*). Cơ quan thường trực của Ủy ban Kinh tế Á châu và Viễn Đông thuộc Liên Hiệp Quốc tại Thái Lan đã cung cấp một trợ lý phụ trách thông dịch Anh-Việt (ông *The Pha Thay Vilai-hongs*) và một người thông dịch Anh-Pháp (cô *G. Bazinet*). Kinh phí dành cho phái đoàn là khoảng 33.600 đô-la Mỹ, do Liên Hiệp Quốc đài thọ.

Tại New York, từ ngày 14 đến ngày 21 tháng 10 năm 1963, Phái đoàn Điều tra này đã tổ chức 4 cuộc họp chuẩn bị trước khi lên đường, để xác định các nguyên tắc làm việc cũng như phác thảo ra kế hoạch hành động. Những chuẩn bị này đã được các thành viên trong đoàn thảo luận kỹ lưỡng và đi đến thống nhất. Mục đích chính cũng được xác định một cách chi tiết và cụ thể tại Nguyên tắc số 12 trong các nguyên tắc đã được Phái đoàn thông qua:

"Phái đoàn này là một tổ chức chuyên trách điều tra, được thành lập tìm hiểu sự thật về tình trạng thực tế liên quan đến các cáo buộc vi phạm nhân quyền của Chính phủ Việt Nam Cộng Hòa trong mối quan hệ giữa Chính phủ này với cộng đồng Phật tử tại Việt Nam."

("The Mission is an ad hoc fact-finding body and has been established to ascertain the facts of the situation as regards the alleged violations of human rights by the Government of the Republic of VietNam in its relations with the Buddhist community of that country.")

Nhằm đảm bảo tính trung thực cho hoạt động thu thập thông tin, Phái đoàn đã thảo luận với Chủ tịch Đại Hội Đồng và quyết định giữ kín các nguyên tắc làm việc cũng như kế hoạch hành động. Tuy nhiên, mục đích khái quát sẽ được Chủ tịch Đại Hội Đồng truyền đạt đến đại diện của Việt Nam Cộng Hòa tại Liên Hiệp Quốc, để bảo đảm Chính phủ Việt Nam Cộng Hòa nhận thức đầy đủ về điều này.

Về tiêu chí điều tra, căn cứ vào các cáo buộc đã nhận được, Phái đoàn đã vạch ra những tiêu chí, văn bản pháp lý cần dựa vào để làm căn cứ kết luận về vi phạm nhân quyền. Trong bản Phúc trình, các đoạn văn từ 66 đến 71 đã được dành trọn để nêu rõ các văn bản pháp lý và điều khoản liên quan. Trong số đó, các văn bản sau đây được nhấn mạnh:

- *Bản Hiến chương Liên Hiệp Quốc (Charter of the United Nations)*, ban hành ngày 26-6-1945.

- *Bản Tuyên ngôn Quốc tế về Nhân quyền (the Universal Declaration of Human Rights)*, ban hành ngày 10-12-1948.

- *Nghị quyết số 1779 của Đại Hội Đồng Liên Hiệp Quốc*, ban hành ngày 7-12-1962.

Bản Phúc trình trích dẫn Điều 1, khoản 3 trong Hiến chương Liên Hiệp Quốc, nhấn mạnh sự *"tôn trọng nhân quyền và các quyền tự do căn bản của tất cả mọi người, không phân biệt chủng tộc, giới tính, ngôn ngữ hay tôn giáo"* (respect for human rights and for fundamental freedoms for all without distinction as to race, sex, language, or religion).

Và trích dẫn nguyên văn Điều 18 trong *Tuyên ngôn Quốc tế về Nhân quyền* nói rằng:

"Everyone has the right to freedom of thought, conscience and religion; this right includes freedom to change his religion or belief, and freedom either alone

or in community with others and in public or private, to manifest his religion or belief in teaching, practice, worship and observance."

"Mọi người đều có quyền tự do tư tưởng, lương tri và tín ngưỡng, bao gồm cả việc tự do thay đổi tôn giáo hoặc niềm tin, và tự do bày tỏ tôn giáo hoặc niềm tin của mình bằng các hình thức như thuyết giảng, thực hành, thờ cúng và thực hiện nghi lễ, dù chỉ riêng một mình hay cùng chung với cộng đồng, tại những nơi công cộng hoặc riêng tư."

Về ý nghĩa của cuộc điều tra, Phái đoàn nêu căn cứ ở Điều 13, Đoạn 1, phần b của Hiến chương Liên Hiệp Quốc và trích dẫn nguyên văn:

1. *The General Assembly shall initiate studies and make recommendations for the purpose of:*

a. ...

b. *promoting international co-operation in the economic, social, cultural, educational, and health fields, and assisting in the realization of human rights and fundamental freedoms for all without distinction as to race, sex, language, or religion.*

1. *Đại Hội Đồng [Liên Hiệp Quốc] có quyền tiến hành nghiên cứu và đưa ra các khuyến nghị cho các mục đích:*

a. ...

b. *Thúc đẩy sự hợp tác quốc tế trong các lĩnh vực kinh tế, xã hội, văn hóa, giáo dục, y tế và hỗ trợ trong việc thực hiện các quyền con người và tự do cơ bản cho tất cả mọi người, không phân biệt chủng tộc, giới tính, ngôn ngữ hay tôn giáo.*

Các văn bản khác cũng được trích dẫn từng phần để nhấn

mạnh và làm rõ các yêu cầu của cuộc điều tra. Đặc biệt, trong Phúc trình còn *"đề nghị tham chiếu đến các điều số 2, 9, 20, 21, 29 và 30 của Tuyên ngôn Quốc tế về Nhân quyền"* (Reference should also be made to articles 2, 9, 20, 21,29 and 30 of the Universal Declaration.)

Sau quá trình chuẩn bị thận trọng, Phái đoàn chính thức lên đường ngày 21 và đến Phi trường Tân Sơn Nhứt lúc 0 giờ 30 sáng ngày 24-10. Phía Chính phủ Việt Nam Cộng hòa có ông Phạm Đăng Lâm và các quan chức Bộ Ngoại giao ra đón. Trả lời phóng viên báo chí Việt Nam và quốc tế ngay khi đến phi trường, vị Trưởng đoàn đã xác định rằng *"mục đích của phái đoàn là tiến hành những cuộc điều tra tại chỗ, lắng nghe các nhân chứng và tiếp nhận các thỉnh nguyện"* (its intention to carry out on-the-spot investigations, to hear witnesses and to receive petitions).

Phái đoàn về đến chỗ nghỉ là khách sạn Majestic lúc 2 giờ sáng cùng ngày và vị Trưởng đoàn ngay lập tức mở cuộc họp để xem xét đề nghị của Chính phủ Việt Nam Cộng Hòa về chương trình làm việc của Phái đoàn. Theo đề nghị này, Phái đoàn sẽ ở lại Sài Gòn 3 ngày, sau đó đi Vũng Tàu thăm một ngôi chùa *"và tiếp tục đi Đà Lạt để viếng một số chùa, cùng với các cơ sở giáo dục và các trung tâm du lịch"* (... then to Dalat where visits of pagodas, as well as educational establishments and tourist centres). Trong chương trình cũng dự kiến Phái đoàn sẽ đến thăm Huế, Phan Rang, Phan Thiết, Ba Xuyên,[1] Vĩnh Bình, và tất nhiên *"cũng bao gồm trong chương trình việc viếng thăm các chùa cùng với một số địa điểm du lịch"* (also included in the programme with visits to pagodas and some tourist places).

Ý đồ đánh lạc hướng điều tra của Chính phủ Diệm gần như đã lộ rõ trong chương trình do họ đề xuất. Do đó, sau khi

---

[1] Tỉnh Ba Xuyên cũ ngày nay gần như trùng khớp với địa phận tỉnh Sóc Trăng.

xem xét, phái đoàn chỉ chấp nhận duy nhất đề xuất của ngày đầu tiên, 24-10, bao gồm việc viếng thăm mang tính nghi thức đến Bộ Ngoại giao và Bộ Nội vụ, sau đó là nói chuyện ở Bộ Nội vụ về vấn đề Phật giáo Việt Nam, hội đàm với Tổng thống Ngô Đình Diệm và cuối cùng ăn tối ở Bộ Nội Vụ. Về tất cả những ngày còn lại trong chương trình do Chính phủ Việt Nam đề xuất, Phái đoàn trả lời là cần có thêm thời gian để cân nhắc trước khi chấp nhận. Chính phủ Việt Nam cũng ngay lập tức đề xuất chi trả mọi chi phí ăn ở và đi lại cho Phái đoàn trong suốt thời gian lưu trú tại Việt Nam, và đề nghị tiếp một bữa tiệc chiêu đãi khác ở Bộ Ngoại giao vào buổi tối hôm sau, 25-10.

Phái đoàn đã từ chối đề nghị của Chính phủ Việt Nam và nói rằng họ sẽ tự lo mọi chi phí. Phía Việt Nam sau đó nêu lý do an ninh để đề nghị Phái đoàn sử dụng phương tiện đi lại do họ cung cấp. Cuối cùng, Phái đoàn đồng ý với đề nghị này nhưng yêu cầu chỉ sử dụng một lá cờ của Liên Hiệp Quốc kèm theo cờ Việt Nam ở xe hơi đi đầu, thay vì cắm cờ của các nước thành viên tham gia trong phái đoàn như bố trí của phía Việt Nam khi đón đoàn tại sân bay. Khi giải thích về quyết định này, vị Trưởng đoàn nhấn mạnh rằng họ đến Việt Nam với tư cách đại diện cho Liên Hiệp Quốc chứ không phải với tư cách đại diện cho quốc gia của họ.

Trong buổi họp ngày 24-10, phái đoàn tiếp tục xem xét bản chương trình đề xuất của Việt Nam và chấp nhận các đề xuất cho 2 ngày tiếp theo sau đó, 25 và 26 tháng 10, trong đó bao gồm một buổi nói chuyện với Phó Tổng thống Nguyễn Ngọc Thơ, một cuộc hội kiến Cố vấn Ngô Đình Nhu, và sau đó là viếng thăm 3 ngôi chùa tại Sài Gòn để tiếp xúc trực tiếp với nhiều tổ chức Phật giáo. Riêng về bữa tiệc chiêu đãi tối 25-10 ở Bộ Ngoại Giao, Phái đoàn đã khéo léo từ chối và đề nghị hoãn lại cho đến ngày cuối cùng khi Phái đoàn hoàn tất công việc và sắp rời Việt Nam.

Phái đoàn cũng chấp nhận lời mời đến xem một cuộc diễu binh nhân ngày Quốc khánh 26-10 của Việt Nam Cộng Hòa.[1] Tuy nhiên, Phái đoàn đã yêu cầu phía Chính phủ phải bảo đảm là trong bất kỳ diễn văn, phát biểu nào tại buổi lễ cũng không được đề cập đến sự hiện diện của Phái đoàn. Phái đoàn cũng thông báo với Chính phủ rằng họ muốn hạn chế đến mức ít nhất các sự kiện mang tính xã hội và sẽ không tham dự các hoạt động du lịch đơn thuần chỉ để giải trí. Phái đoàn cũng nói rõ rằng, khi tiếp xúc với các thành viên Chính phủ trong 2 ngày đầu theo đề xuất của phía Việt Nam, phái đoàn sẽ chủ động về các nội dung và phương thức trao đổi, thảo luận nhằm phục vụ cho mục đích điều tra. Phái đoàn cũng báo cho Chính phủ Việt Nam biết là họ sẽ tự quyết định chương trình làm việc trong những ngày sau đó.

II. TIẾN TRÌNH ĐIỀU TRA

Trước khi phái đoàn chính thức tiến hành các hoạt động tiếp xúc, điều tra, Chính phủ ông Diệm đã nhiều lần *"hứa sẽ làm tất cả mọi việc để tạo sự dễ dàng cho nhiệm vụ điều tra sự thật của phái đoàn"* (*promised to do everything to facilitate the Mission's task of finding the facts*). Tuy nhiên, ngay hôm sau đó (25-10-1963), khi phái đoàn tiến hành việc thăm viếng các chùa Xá Lợi, Ấn Quang và Giác Lâm theo lịch trình do chính phía Chính phủ Việt Nam Cộng hòa đề xuất thì thực tế đã cho thấy điều ngược lại.

Theo lịch trình, chuyến thăm chùa Ấn Quang *"ban đầu được sắp xếp sớm hơn vào buổi chiều, nhưng phía Việt Nam*

---

[1] Ngày ban hành Hiến pháp Việt Nam Cộng Hòa được chọn làm ngày Quốc khánh.

đã hoãn lại, tự thay đổi thời biểu mà không hề hỏi ý Phái đoàn" (originally arranged for earlier in the afternoon, was delayed by the Government which had changed the schedule without consulting the Mission).

Tệ hơn nữa, *"vào phút cuối thì chuyến thăm chùa Ấn Quang đã bị hủy bỏ"* (At the last minute the visit to the An-Quang Pagoda was cancelled) và khi phái đoàn yêu cầu một lời giải thích chính thức về sự thay đổi này, phía Việt Nam đã nói rằng do Sư cô Diệu Huệ và Hòa thượng Thích Tịnh Khiết *"bị mệt vào chiều hôm đó"* (were tired in the late afternoon). Tuy nhiên, sau đó thì phái đoàn đã tìm hiểu được rằng trong thực tế Sư cô Diệu Huệ và Hòa thượng Thích Tịnh Khiết đã chờ suốt buổi chiều hôm ấy để tiếp đón phái đoàn. Sự dối trá này quả thật là một khởi đầu không mấy tốt đẹp cho hình ảnh của Chính phủ ông Diệm. Sau đó, Phái đoàn cũng nhận được thông tin từ chùa Ấn Quang đoan chắc rằng phái đoàn có thể đến thăm chùa bất kỳ lúc nào, tốt hơn là vào buổi sáng, và cả hai người (Sư cô Diệu Huệ và Hòa thượng Thích Tịnh Khiết) sẽ có mặt ở chùa. *(the Mission was assured that it could visit the pagoda at any time, preferably in the morning, and that these two personalities would be there).*

Từ thực tế này, ngày 26-10-1963, Phái đoàn đã gửi đến Chính phủ một văn bản nói rõ dự trù chương trình sắp đến của Phái đoàn, trong đó có những điểm đáng lưu ý là:

- Hủy bỏ toàn bộ các hoạt động do Chính phủ đề xuất trong 3 ngày 27, 28 và 29 tháng 10. Thay vào đó, Phái đoàn sẽ tùy ý đến thăm các trại giam thanh thiếu niên, các vị tăng sĩ còn bị giam trong tù, đồng thời tự đến viếng thăm chùa Ấn Quang.

- Phái đoàn sẽ đến Huế vào ngày 30-10-1963 như chương trình đề xuất của Chính phủ, nhưng sẽ dành thời gian viếng thăm chùa Từ Đàm cùng một số chùa khác sau khi tiếp xúc với các đại diện của chính quyền tại Huế. Phái đoàn cũng sẽ tiếp xúc, phỏng vấn trực tiếp một số nhân chứng tại Huế nhưng danh sách những người này sẽ gửi đến Chính phủ sau.

- Phái đoàn quyết định hủy bỏ tất cả các sự kiện có tính giao tiếp xã hội và các đề xuất du lịch ở Huế. Những ngày còn lại trong tuần sẽ được dành trọn để lắng nghe các nhân chứng. Phái đoàn cũng cho biết là họ hy vọng có thể hoàn tất nhiệm vụ và rời khỏi Việt Nam trước ngày thứ Hai, 4-11-1963.

Điều tất nhiên là Chính phủ trả lời đồng ý với các dự tính và quyết định của Phái đoàn. Tuy nhiên, Chính phủ cũng đề nghị thêm là phái đoàn nên viếng thăm tỉnh Vĩnh Bình, nơi có nhiều Phật tử gốc Khmer. Phái đoàn trả lời là tạm thời chưa quyết định việc này.

Ngay trong buổi chiều ngày 26-10, Phái đoàn chính thức đưa ra một thông cáo báo chí, mời gọi tất cả những ai quan tâm đến nội dung điều tra của Phái đoàn đều có thể đến gặp họ để trình bày trực tiếp hoặc trao các kiến nghị, thỉnh nguyện. Các thành viên cùng đồng ý là thông cáo này sẽ cùng lúc đưa ra cho giới báo chí địa phương cũng như quốc tế, đồng thời gửi đến Bộ Ngoại giao VNCH kèm theo một ghi chú bên ngoài cho biết là thông cáo này đã được phổ biến. Phái đoàn đã thực hiện việc này trong phạm vi chức năng của mình và muốn có được sự hợp tác từ Chính phủ trong việc phổ biến rộng ra công chúng. Mặc dù vậy, sau khi nhận được thông tin này từ phái đoàn, *đại diện Chính phủ tỏ ra ngạc nhiên và thất vọng*" (*the Government's representative expressed surprise and disappointment*) vì việc này đã được thực hiện mà *"không có sự tham khảo trước ý kiến của Chính phủ"* (*without prior consultation with the Government*). Đại diện Chính phủ cũng nói thêm rằng, lẽ ra trong thông cáo phải nhắc đến việc Chính phủ VNCH đã chủ động mời phái đoàn của Liên Hiệp Quốc đến. Sau khi thảo luận về việc này, Phái đoàn tuyên bố họ không phản đối việc đưa thêm các thông tin như thế vào khi phổ biến, miễn là phần nội dung chính của bản thông cáo phải được đặt trong ngoặc trích hoàn toàn chính xác như đã được Phái đoàn đưa ra.

Bản thông cáo này sau đó đã xuất hiện trên cơ quan truyền thông chính thức của Chính phủ Việt Nam, bằng cả tiếng Anh và tiếng Pháp. Báo chí địa phương cũng đăng tải lại toàn văn bằng tiếng Anh và tiếng Pháp một ngày sau đó. Trên một vài tờ báo địa phương, Phái đoàn cũng xác nhận bản thông cáo đã được loan tải bằng tiếng Việt. Mặc dù có cáo buộc từ một số nguồn tin quốc tế rằng bản thông cáo không được loan tải đầy đủ trên các báo tiếng Việt, nhưng Phái đoàn đã không có đủ điều kiện để khảo sát một cách hệ thống về điều này, và vẫn cảm thấy đã nhận được sự hợp tác hợp lý từ giới truyền thông địa phương trong việc thông tin đến với công chúng, để những ai muốn làm nhân chứng hay đệ trình thỉnh nguyện đều được biết.

Sau đó, Phái đoàn đã soạn thảo một danh sách các nhân chứng mà họ muốn phỏng vấn, sử dụng tất cả những nguồn thông tin có được nhưng hoàn toàn không tham khảo gì từ phía Chính phủ VNCH, rồi chuyển danh sách này đến cho Chính phủ vào ngày 27-10-1963. Sau đó còn có thêm 2 bản danh sách nữa tiếp tục được chuyển đến Chính phủ.[1] Trong ngày 28-10-1963, phái đoàn cũng chuyển đến cho Chính phủ một bản liệt kê các cáo buộc đối với Chính phủ mà phái đoàn quan tâm và muốn có được những câu trả lời hay giải thích từ phía Chính phủ. Một bản cáo buộc thứ hai dựa trên các thông tin mà phái đoàn nhận được tại Việt Nam được tiếp tục chuyển đến cho Chính phủ vào ngày 31-10-1963.[2]

---

[1] Nội dung này được ghi nhận trong phụ lục VII của Phúc trình.

[2] Nội dung này được ghi nhận trong phụ lục VIII của Phúc trình.

Ngày 28-10-1963, phái đoàn nhận được một văn thư từ phía Chính phủ, hồi đáp về danh sách các nhân chứng cũng như bản liệt kê các cáo buộc mà Chính phủ đã nhận được. Điểm đáng chú ý là trong nội dung văn thư có đoạn nêu rõ: *"Những thông tin cáo buộc Chính phủ"* (communication of charges made against the Government) cần phải được chuyển đến cho Chính phủ để *"so sánh với những dữ kiện và chứng cứ mà Chính phủ Việt Nam có quyền trưng dẫn"* (compare them with the facts and evidence which the Viet-Namese Government is entitled to present). Nội dung văn thư này nhấn mạnh: *'Nếu không thì những cáo buộc hay chứng cứ được đưa ra đó sẽ không có giá trị gì cả."* (Otherwise these allegations or testimonies would have no validity whatsoever.) Bằng lập luận này, rõ ràng Chính phủ ông Diệm từ một đối tượng của cuộc điều tra đã muốn tham gia vào ngay cả tiến trình điều tra đó với tư cách của một thành viên có quyền thay đổi kết quả.

Trong buổi làm việc với Bộ trưởng Ngoại giao ngày 28-10-1963,[1] vị Trưởng đoàn Điều tra đã hết sức khéo léo khi trả lời về điểm này. Ông nói, tất cả các cáo buộc sẽ được chuyển đến cho Chính phủ, *"nhưng sẽ không có thông tin về nguồn cáo buộc"* (would not, however, contain any references to the sources from which the accusations came), nghĩa là về những ai đã đưa ra các cáo buộc đó. Vị Trưởng đoàn cũng nhấn mạnh, *"phái đoàn mong muốn tìm ra sự thật và phải tự mình tiếp cận với mọi quan điểm"* (the Mission wanted to find the facts and had to acquaint itself with all points of view).

Về danh sách các nhân chứng mà Phái đoàn muốn gặp để phỏng vấn, Bộ trưởng Ngoại giao VNCH nói rằng: *"Chính phủ không thể ép buộc các nhân chứng đến gặp Phái đoàn, nhưng sẵn sàng mời những người ấy đến gặp nếu họ muốn."*

---

[1] Nội dung buổi làm việc được ghi nhận trong Phụ lục X của Phúc trình.

(The Government was in no position to force them to appear before the Mission, but it offered to invite them to do so if they wished.) Đáp lại điểm này, vị Trưởng đoàn đồng ý rằng không nên ép buộc bất kỳ nhân chứng nào. Tuy nhiên, nếu một nhân chứng nào đó không đến gặp phái đoàn sau khi Chính phủ đã có lời mời, thì *"Phái đoàn có thể sẽ cố tìm cách đến gặp họ để xác nhận việc họ không muốn làm nhân chứng"*. *(The Mission would try to get in touch with them and obtain confirmation of their desire not to testify).*

Cuối cùng, Bộ trưởng Ngoại giao VNCH truyền đạt rằng Chính phủ VNCH sẽ không đáp ứng đối với một số nhân chứng *"được xem là đối lập chính trị"* *(considered as political opponents).*

Như vậy, từ ngày 24-10 đến 28-10-1963, Phái đoàn điều tra đã xác lập rõ ràng phương thức làm việc độc lập, khách quan, né tránh được mọi tác động từ phía Chính phủ VNCH. Phái đoàn cũng đã chuẩn bị xong danh sách các nhân chứng cần phỏng vấn và hệ thống tất cả các cáo buộc đã nhận được từ nhiều nguồn khác nhau. Ngày 27-10, Phái đoàn tự tìm đến chùa Ấn Quang để tiếp xúc và phỏng vấn một số các vị lãnh đạo Phật giáo tại đó. Bất chấp sự ngăn trở cố ý của Chính phủ như vào ngày 25-10, Phái đoàn cuối cùng cũng đã tìm gặp được những nhân vật quan trọng mà họ cần gặp.

Ngày 28-10-1963, Phái đoàn đến gặp và phỏng vấn 17 sinh viên đang bị tạm giam ở Trại Lê Văn Duyệt, thông qua sự chọn lựa ngẫu nhiên giữa tất cả những sinh viên họ được gặp.

Ngày 29-10, các cuộc phỏng vấn được thực hiện ở trại giam của Trung tâm Thẩm vấn Nha Tổng Giám Đốc Cảnh Sát Quốc Gia, nơi có nhiều vị tăng sĩ mà phái đoàn muốn phỏng vấn hiện vẫn còn bị giam giữ. Thời gian còn lại trong ngày, Phái đoàn đã tiếp đón và phỏng vấn 3 nhân chứng tại khách sạn Majestic, nơi phái đoàn đang tạm trú. Hai người trong số này tự nguyện tìm đến và người thứ ba đã nhận lời mời từ Chính phủ chuyển đến theo yêu cầu của Phái đoàn. Cũng trong ngày 29-10, Phái đoàn ra thông cáo báo chí nhắc lại lời mời gọi những người quan tâm hãy tìm đến để cung cấp thông tin cho phái đoàn. Phái đoàn cũng thông tin đến báo chí về chương trình làm việc chi tiết tại Việt Nam.

Căn cứ vào khối lượng công việc cần xử lý tại Sài Gòn, Phái đoàn đã quyết định vào ngày 30-10-1963 chỉ cử 3 thành viên ra Huế, các thành viên còn lại tiếp tục công việc tại Sài Gòn. Trong ngày này, Phái đoàn đã phỏng vấn một số thành viên Chính phủ thuộc Bộ Nội vụ, Phủ Tổng Thống và Bộ Quốc Phòng, với tư cách họ là những thành viên của Ủy ban Liên bộ trong cuộc đàm phán với Ủy ban Liên phái của Phật giáo. Cũng trong ngày 30-10, Phái đoàn phỏng vấn 2 nhân chứng khác, một người do Phái đoàn mời và một người tự nguyện tìm đến. Sáng ngày 31-10, Phái đoàn tiếp tục phỏng vấn thêm 2 nhân chứng khác trước khi các thành viên ở Huế quay về.

Về chuyến đi Huế, các thành viên đã tiếp xúc với đại diện Chính phủ tại miền Trung, Tư lệnh Quân đoàn 1, các quan chức đầu ngành của Chính quyền Tỉnh, Hiệu trưởng và Khoa trưởng trường Đại học. Sau khi nghe trình bày sơ lược về vấn đề Phật giáo, Phái đoàn đã chủ động đặt câu hỏi với cá nhân các vị này. Tiếp đó, Phái đoàn yêu cầu được tiếp xúc với các nhân chứng đã được nêu tên trong danh sách gửi đến Bộ Ngoại giao trước đó. Tuy nhiên, các viên chức Chính phủ cho biết trong số này có một nhân chứng được xem là "đối lập chính trị" và vì thế không được phép tiếp xúc với Phái đoàn.

Khi viếng thăm chùa Từ Đàm, Phái đoàn đã phỏng vấn 3 tăng sĩ và 1 sư cô, là những người đã được nêu tên trong danh sách trước đó. Ngoài ra còn có một vị tăng sĩ tự nguyện đến gặp. Khi về nghỉ tại khách sạn, Phái đoàn gặp và phỏng vấn tiếp nhân chứng thứ 5 trong danh sách, là một tăng sĩ. Có ba nhân chứng khác đã chuẩn bị thỉnh nguyện thư trình lên Phái đoàn và cũng được phỏng vấn. Sau đó, Phái đoàn tiếp tục phỏng vấn thêm 2 nhân chứng khác có tên trong danh sách yêu cầu. Phái đoàn trở về Sài Gòn bằng máy bay vào sáng ngày 31-10-1963 với tiền vé do họ tự chi trả.

Cũng trong ngày 31-10, Phái đoàn viếng thăm Bộ Ngoại giao và lặp lại đề nghị phỏng vấn Thượng tọa Thích Trí Quang, mặc dù trước đó Chính phủ Việt Nam đã từ chối. Phản ứng của Bộ Ngoại giao là vẫn giữ nguyên quan điểm, rằng Phái đoàn không thể tiếp xúc với một người đang ở tình trạng "tỵ nạn" trong Tòa Đại sứ Mỹ. Cách *"duy nhất để cuộc tiếp xúc có thể tiến hành là Thượng tọa Thích Trí Quang phải được giao cho phía Chính phủ Việt Nam"* (it could only agree to such contact if the monk was delivered to the authorities). Tuy nhiên, phía Mỹ không chấp nhận.

Một số người đã liên lạc với phái đoàn qua điện thoại và trình bày rằng họ không dám đến khách sạn Majestic để gặp phái đoàn, bởi có nhiều cảnh sát thường xuyên canh giữ ở đó. Phái đoàn đã đề nghị họ có thể gửi các cáo buộc qua thư. Trong thực tế, phái đoàn đã nhận được rất nhiều cáo buộc được gửi qua đường bưu điện. Một nhân chứng đề nghị được gặp người của phái đoàn và cho điểm hẹn tại một nhà hàng. Phái đoàn đã cử một thành viên đến gặp đúng hẹn nhưng không hiểu lý do vì sao người này đã không đến. Về trường hợp của Thượng tọa Thích Trí Quang, phái đoàn đã quyết định ghi nhận thái độ của Chính phủ Việt Nam và không làm gì thêm nữa.

Một điều đáng chú ý là vào hôm 29-10-1963, Bộ Nội vụ Việt Nam thông báo với phái đoàn rằng có 10 vị sư đã lên kế hoạch tự thiêu trong thời gian phái đoàn hiện diện tại Việt

Nam. Trong thực tế, có một người đã tự thiêu trong ngày 27-10-1963, 5 người khác đã bị Chính phủ phát hiện và bắt giữ trước khi họ thực hiện việc tự thiêu. Phái đoàn yêu cầu được gặp 5 người bị bắt này và chiều 30-10, Chính phủ đã thu xếp để phái đoàn phỏng vấn một người trong số đó. Cũng trong chiều hôm đó, phái đoàn đã viếng thăm Bệnh viện Duy Tân, nơi nạn nhân của các vụ đàn áp trước đó đã được đưa vào điều trị. Phái đoàn cũng phỏng vấn thêm một nhân chứng khác tại khách sạn Majestic.

Cuộc họp cuối cùng giữa phái đoàn với các đại diện Chính phủ trước khi cuộc đảo chính diễn ra là để thu xếp một chuyến viếng thăm thứ hai đến Trại giam thuộc Trung tâm Thẩm vấn của Nha Tổng Giám Đốc Cảnh Sát Quốc Gia. Sau khi thu thập thêm nhiều chứng cứ mới ở Sài Gòn và Huế, phái đoàn thấy rằng việc quay trở lại nơi này là cần thiết. *"Buổi sáng ngày 1-11, phái đoàn đã thực hiện cuộc viếng thăm và phỏng vấn thêm một số các vị tăng sĩ tại đây."* (where the Mission went on the morning of 1 November to interview some more monks.) Phái đoàn cũng *"quyết định gửi một số thành viên đến Vĩnh Bình trong ngày 2-11 để tiếp xúc với cộng đồng Phật giáo gốc Khmer, thuộc hệ phái Tiểu thừa."* (decided to send a delegation to Vinh-Binh on 2 November to visit the religious community of Khmer origin, belonging to the "Lesser Vehicle) Phái đoàn cũng đã quyết định sẽ hoàn tất nhiệm vụ vào buổi tối ngày 3-11 và rời khỏi Sài Gòn cùng ngày. Sau đó, tất cả thành viên đồng ý sẽ có mặt tại New York chậm nhất là vào thứ Bảy, 9-11-1963, để Phái đoàn có thể tổ chức buổi họp toàn thể vào ngày thứ Hai, 11-11-1963, lúc 3 giờ chiều.

Trong thực tế, sau buổi phỏng vấn sáng ngày 1-11-1963, Phái đoàn trở về khách sạn Majestic và chỉ đến 2 giờ chiều họ mới nhận được thông tin đầu tiên để biết về cuộc đảo chánh đang diễn ra. Đại diện Chính phủ lúc đó đề nghị họ ở yên trong khách sạn, vì đã xảy ra giao tranh ở một số nơi trong thành phố. Kể từ lúc đó cho đến sáng ngày 2-11-1963, Phái đoàn hoàn toàn không thể liên lạc với phía Chính phủ.

Sáng sớm ngày 2-11-1963, Đại diện đặc biệt của Việt Nam tại Liên Hiệp Quốc, ông Bửu Hội, đến gặp Phái đoàn tại khách sạn Majestic để chuyển lời của Hội đồng Quân nhân Cách mạng lúc đó vừa lên nắm quyền. Hội đồng này muốn gửi lời chào đến Phái đoàn và có lời mời Phái đoàn có thể tiếp tục ở lại Việt Nam bao lâu tùy thích, đồng thời cũng bày tỏ mong muốn được tiếp đón Phái đoàn vào chiều hôm đó. Vị Trưởng đoàn hồi đáp rằng Phái đoàn đã có quyết định rời Việt Nam vào ngày 3-11-1963 và sẽ đánh giá cao sự trợ giúp của Hội đồng Quân nhân Cách mạng để Phái đoàn có thể ra đi dễ dàng.

Chiều hôm đó, 2-11-1963, vị Trưởng đoàn đã thay mặt Phái đoàn đến thăm xã giao các tướng Dương Văn Minh, Trần Văn Đôn và Lê Văn Kim. Tướng Minh đã nhắc lại lời mời rằng Phái đoàn có thể ở lại tùy ý để hoàn tất nhiệm vụ. Trưởng đoàn cho biết nhiệm vụ của Phái đoàn đã hoàn tất và ngày ra đi đã được quyết định. Ngày 3-11-1963, Phái đoàn ra thông cáo báo chí trước khi rời Sài Gòn và có đề cập đến cuộc viếng thăm Hội đồng Quân nhân Cách mạng. Trong thông cáo báo chí này, Phái đoàn đã công khai cho biết một số lãnh đạo Phật giáo mà họ đã phỏng vấn, bao gồm các vị Thích Trí Thủ, Thích Quảng Liên, Thích Tam Giác, Thích Tâm Châu, Thích Đức Nghiệp, Thích Tiến Minh và Cư sĩ Mai Thọ Truyền.

Phái đoàn rời Sài Gòn lúc 6 giờ chiều ngày 3-11-1963, có tướng Lê Văn Kim, đại diện Hội đồng Quân nhân Cách mạng và ông Phạm Đăng Lâm, đại diện Bộ Ngoại giao, cùng ra đưa tiễn.

III. KẾT QUẢ ĐIỀU TRA

Như đã nói, kết quả điều tra của Phái đoàn được ghi nhận đầy đủ trong bản Phúc trình mang số hiệu A/5630 để chuẩn bị trình lên Kỳ họp thường niên lần thứ 18 của Đại Hội Đồng Liên Hiệp Quốc. Tuy nhiên, do đối tượng cáo buộc là Chính phủ Ngô Đình Diệm đã sụp đổ, nên Đại Hội Đồng Liên Hiệp Quốc thấy rằng việc xem xét vấn đề này không còn cần thiết nữa.

Tuy nhiên, trong phần này chúng ta sẽ xem xét các kết quả điều tra được ghi nhận trong bản Phúc trình, không nhằm mục đích đưa ra bất kỳ kết luận nào, mà là để nhận hiểu rõ ràng và chính xác hơn về những gì đã diễn ra trong năm 1963 tại miền Nam Việt Nam, được phản ánh rất trung thực và chính xác trong bản Phúc trình này.

1. Hợp tác điều tra từ phía Chính phủ

Bản Phúc trình cho biết, trong suốt quá trình điều tra, phía Chính phủ VNCH nhiều lần nhắc lại cam kết sẽ tạo mọi điều kiện dễ dàng cho công việc điều tra của Phái đoàn. Trong buổi họp đầu tiên của Phái đoàn với Bộ Ngoại giao VNCH vào ngày 24-10, đại diện Chính phủ đã *"cam kết là Phái đoàn có thể tự do đi đến bất cứ nơi đâu tùy ý và hứa sẽ làm tất cả mọi việc để tạo điều kiện dễ dàng cho nhiệm vụ điều tra sự thật của Phái đoàn"* (assured the Mission that it would be free to go anywhere it wished and promised to do everything to facilitate the Mission's task of finding the facts).

Tuy nhiên, song song với cam kết này là một số hạn chế mà Phái đoàn đã thực sự vấp phải trong thực tế như được ghi nhận sau đây:

- Ngày 25-10-1963, chuyến viếng thăm chùa Ấn Quang bị

hoãn lại và sau đó hủy bỏ, với lý do Hòa thượng Thích Tịnh Khiết và Sư cô Diệu Huệ "không được khỏe". Tuy nhiên, sau đó sự thật được biết rõ là cả hai vị đều đã chờ suốt buổi chiều 25-10 để tiếp đón Phái đoàn.

- Chính phủ từ chối việc tiếp xúc của phái đoàn với các nhân chứng được xem là *"đối lập chính trị" (political opponent)*, nhưng tiêu chí để phân loại không được xác định rõ. Vì thế, chính phủ có thể dựa vào lý do này để ngăn cản sự tiếp xúc của Phái đoàn với bất cứ ai. Trong thực tế, một số nhân chứng tại Huế và Sài Gòn đã không được Chính phủ cho phép tiếp xúc dựa vào lý do này.

- Chính phủ nhiều lần từ chối việc Phái đoàn tiếp xúc Thượng tọa Thích Trí Quang với lý do đang trong tình trạng *"tỵ nạn chính trị" (asylum)*. Ngoài việc lên tiếng đòi hỏi quyền bình đẳng tôn giáo theo một phương thức ôn hòa, bất bạo động, Thượng tọa Thích Trí Quang chưa hề tham gia bất kỳ hoạt động chính trị, đảng phái nào và cũng chưa chính thức bị kết án bởi bất kỳ tòa án nào. Việc Thượng tọa vào tỵ nạn trong Tòa Đại sứ Hoa Kỳ là kết quả của cuộc truy bắt, bố ráp hoàn toàn vô cớ của Chính phủ trong đêm 20-8-1963, chứ không phải do hoạt động đấu tranh chính trị. Một số vị tăng sĩ ở chùa Xá Lợi cũng phải trốn vào Trụ sở Ngoại giao đoàn Hoa Kỳ trong khi họ không có tội gì cả. Như vậy, lý do từ chối của Chính phủ là không chính đáng.

- Chính phủ nhấn mạnh việc tiếp xúc với Thượng tọa Thích Trí Quang chỉ có thể thực hiện nếu Tòa Đại sứ Mỹ *"giao nộp Thượng tọa cho Chính quyền" (if the monk was delivered to the authorities)*. Trong khi "chiến dịch tấn công các chùa" đêm 20-8 đang là một trong các mục tiêu điều tra của Phái đoàn, thì Chính phủ cho thấy họ không hề thay đổi quan điểm, không hề thừa nhận hành vi vô cớ bắt giữ tăng ni và Phật tử là sai trái, mà vẫn tiếp tục giữ ý định bắt giam Thượng tọa Thích Trí Quang.

- Việc Chính phủ công khai cho cảnh sát vũ trang bảo vệ quanh khách sạn Majestic, nơi Phái đoàn cư ngụ, có thể là ý tốt để bảo vệ an ninh cho Phái đoàn, nhưng đã là rào cản khiến cho rất nhiều nhân chứng e ngại không dám đến gặp. Trong thực tế, các lực lượng canh gác có vũ trang của Chính phủ đã chặn lại và xét hỏi tất cả những ai đi vào khách sạn trong thời gian Phái đoàn hiện diện ở đó.

Ngoài những điều kể trên, việc đề xuất chương trình làm việc của Chính phủ ngay khi Phái đoàn vừa đến Sài Gòn cũng là một điểm đáng chú ý. Phụ lục V của bản Phúc trình ghi lại chi tiết chương trình đề xuất do Chính phủ gửi đến (kèm theo đề nghị chi trả mọi chi phí ăn ở, đi lại), được ghi nhận chi tiết như sau:

- Sau 2 ngày làm việc với các bộ ngành của Chính phủ (kể cả ngày vừa đến: 24 và 25), ngày 26 được đề xuất dự lễ Quốc khánh và sau đó nghỉ trọn ngày.

- Ngày 27-10-1963 đi Vũng Tàu, thăm Chùa Mới và các điểm du lịch trong vùng *(Visit to Chua Moi Pagoda and to tourist spots in the region)*, sau đó ăn trưa với Tỉnh trưởng và trở về Sài Gòn, dự tiệc chiêu đãi buổi tối ở Bộ Ngoại giao. Ngoài ra không có hoạt động nào khác.

- Ngày 28-10 đi Đà Lạt bằng máy bay đặc biệt (special plane), dự lễ khai trương Viện Nghiên cứu Ứng dụng hạt nhân. 3 giờ chiều nghe báo cáo ngắn gọn về tình hình Phật giáo. 5 giờ đi thăm một ngôi chùa và tiếp xúc với Phật tử. 8 giờ dự tiệc tối do Thị trưởng Đà Lạt chiêu đãi.

- Ngày 29-10 viếng thăm đập Đa Nhim (du lịch) trọn ngày. Không có hoạt động nào khác.

- Ngày 30-10 đi Huế bằng máy bay đặc biệt. Thăm xã giao (*courtesy call on*) các đại diện Chính phủ tại Huế. 3 giờ chiều nghe báo cáo ngắn gọn về Phật giáo. 5 giờ thăm chùa Từ Đàm. 8 giờ dự tiệc buổi tối do đại diện Chính phủ chiêu đãi. Ngoài ra không có hoạt động nào khác.

- Ngày 31-10 viếng thăm Hoàng thành và các điểm du lịch *(Visit to the Imperial City and to tourist sites)* gồm có chùa Thiên Mụ, Văn miếu, Lăng Tự Đức, Lăng Minh Mạng. Buổi tối đi dạo ven bờ sông Hương. Ngoài ra không có hoạt động nào khác.

- Ngày 1-11, đi Phan Rang bằng máy bay đặc biệt. 10 giờ sáng nghe trình bày ngắn gọn về tình hình chung và Phật giáo. 12 giờ bay đi Phan Thiết, ăn trưa với Tỉnh Trưởng. 3 giờ chiều viếng thăm một ngôi chùa và tiếp xúc Phật tử. 5 giờ 30 bay về Sài Gòn. Buổi tối nghỉ.

- Ngày 2-10 đi Ba Xuyên và Vĩnh Bình bằng máy bay. 9 giờ sáng nghe báo cáo ngắn gọn về tình hình chung và Phật giáo. 12 giờ 30 dùng cơm trưa do Tỉnh trưởng Ba Xuyên chiêu đãi, kết hợp tiếp xúc với tăng ni Phật tử gốc Khmer. 5 giờ bay về Sài Gòn. Buổi tối giải trí tại Nhà hàng vũ trường Anh Vũ.

- Ngày 3-11 - Nghỉ trọn ngày.

- Ngày 4-11 - Buổi sáng thăm Ấp chiến lược Củ Chi, chiều gặp gỡ chia tay với Tổng thống. 8 giờ tối lên đường về New York.

Trong toàn bộ chương trình này, dự kiến chỉ có 4 lần nghe báo cáo ngắn gọn về tình hình Phật giáo, mỗi lần không quá 2 giờ đồng hồ. Ngoài ra đều là các hoạt động du lịch, chiêu đãi, thăm viếng, giải trí và... nghỉ trọn ngày. Các ngày 27, 29,

31 tháng 10 và ngày 3, 4 tháng 11 hoàn toàn không có hoạt động nào liên quan đến công việc điều tra của Phái đoàn.

Nếu chấp nhận chương trình đề xuất này, chắc chắn Phái đoàn sẽ chẳng ghi nhận được bất kỳ một kết quả điều tra trung thực nào. Rất may là Phái đoàn điều tra đã nhận ra ngay điều đó và có 2 quyết định sáng suốt. Thứ nhất, không chấp nhận đề nghị chi trả mọi phí tổn ăn ở và đi lại từ phía Việt Nam. Thứ hai, không chấp nhận bản chương trình đề xuất này mà tự nghiên cứu đưa ra chương trình làm việc chi tiết và phù hợp. Chỉ riêng điểm này cũng đã cho chúng ta thấy được tính khách quan và đáng tin cậy của hoạt động điều tra. Với chương trình làm việc thực tế đã được Phái đoàn áp dụng, chúng ta thấy rõ những hoạt động điều tra, tiếp xúc, phỏng vấn, thu thập thông tin đã diễn ra liên tục. Thậm chí phái đoàn còn quyết định chia đôi nhân sự để cùng lúc thu thập thông tin ở Huế nhưng vẫn tiếp tục hoạt động điều tra tại Sài Gòn.

2. Thu thập thông tin từ phía Chính phủ

Thông tin từ phía Chính phủ được cung cấp qua hai nguồn chính: một văn bản Chính thức do Thiếu tướng Trần Tử Oai trực tiếp trao cho Phái đoàn và các buổi tiếp xúc tuần tự được ghi nhận nội dung với Tổng thống Ngô Đình Diệm, Cố vấn Ngô Đình Nhu, Phó Tổng thống Nguyễn Ngọc Thơ, Bộ trưởng Nội vụ Bùi Văn Lương, Bộ trưởng Phủ Tổng thống Nguyễn Đình Thuần, các thành viên Đại diện Chính phủ tại Huế, Tư lệnh Quân đoàn 1 và một số quan chức khác. Riêng cuộc tiếp xúc với Bộ trưởng Ngoại giao nhằm mục đích thu xếp một cuộc phỏng vấn với Thượng tọa Thích Trí Quang, được vị Trưởng đoàn kể lại nội dung trong một báo cáo riêng.

VĂN BẢN CHÍNH THỨC

Văn bản do Thiếu tướng Trần Tử Oai chuyển đến Phái đoàn thể hiện quan điểm chính thức của Chính phủ Việt Nam Cộng hòa. Vì thế, trong các buổi phỏng vấn trực diện với những thành viên cao cấp khác trong Chính phủ, nội dung ghi nhận hầu như cũng đều xoay quanh những quan điểm này. Một số điểm nổi bật được nêu ra là:

- Vấn đề bất ổn giữa Chính phủ và Phật giáo Việt Nam *"bắt nguồn từ các sự kiện xảy ra ở Huế vào đầu tháng 5-1963"* (originated in the incidents which occurred in Hue at the beginning of May 1963). Nói cách khác, Chính phủ Việt Nam Cộng hòa phủ nhận những cáo buộc về phân biệt đối xử với Phật giáo trước thời điểm này.

- Những người chết và bị thương trong sự kiện ở Huế là do *"Cộng sản đã lợi dụng cơ hội cho nổ 2 quả mìn plastic làm 8 người chết"* (Communist elements took advantage of it to explode two plastic charges which caused the death of eight persons), và do đó không có sự đàn áp của quân đội bằng súng máy, xe tăng và lựu đạn như các nguồn tin loan truyền.

- Phong trào đấu tranh Phật giáo không hoàn toàn do người Phật tử đứng lên, mà có sự núp bóng xúi giục của *"những kẻ đối lập chính trị và Việt cộng"* (with the co-operation of political adventurers and of Communists).

- Do sự kích động của Việt cộng nên những cuộc biểu tình dần phát triển vượt quá giới hạn cho phép của luật pháp, gây ảnh hưởng nghiêm trọng đến an ninh trật tự xã hội và nhất là làm suy giảm khả năng của Chính phủ trong cuộc chiến tranh chống Cộng. *"Trong giai đoạn từ ngày 8-5 đến 19-8-1963, có 159 cuộc biểu tình đã diễn ra: Huế: 25, Sài Gòn: 32, Đà Nẵng: 10, Quảng*

Trị: 8, Quảng Nam: 7, Quảng Ngãi: 18, Nha Trang: 13, v.v..." (*during the period from 8 May to 19 August 1963, 159 demonstrations were staged: 25 in Hue, 32 in Saigon, 10 in Tourane, 8 in Quang-Tri, 7 in Quang-Nam, 18 in Quang-Ngai. 13 in Nha-Trang, etc.*), có sự trợ giúp của bộ máy tuyên truyền khoa học khổng lồ của cộng sản (*supported from both within and without by the huge and scientific communist propaganda machinery*), được đẩy lên đến đỉnh điểm vào ngày 18-8-1963 khi các lãnh đạo Phật giáo đưa ra tối hậu thư yêu sách đối với Chính phủ trước một đám đông 20.000 người tụ tập trước chùa Xá Lợi. Mặt khác, theo một kế hoạch định trước thì các lãnh đạo Phật giáo sẽ tổ chức những cuộc biểu tình đẫm máu với một tốc độ phát triển khá nhanh tiếp nối trên các địa phương từ Huế đến Sài Gòn, như Đà Nẵng, Quảng Nam, Khánh Hòa, Bình Thuận (*according to a definite plan, the Buddhist leaders would stage bloody demonstrations, which were to take place at a rather fast pace successively in various provinces and main localities from Hue to Saigon, namely in Danang, Quang- Nam, Khanh-Hoa, Binh-Thuan*). Để đối phó với nguy cơ này, các tỉnh miền Trung đã yêu cầu Sài Gòn tăng viện (*Central Viet-Nam provinces would have to request Saigon to send in police reinforcements*). Nguy cơ bị Việt cộng tấn công ngay tại Sài Gòn lên cao do thiếu lực lượng bảo vệ.

- Trước tình hình nguy hiểm đến an ninh quốc gia, ngày 20-8-1963, các tướng lãnh đã đồng tâm nhất trí đề nghị và thúc ép Tổng thống ban hành tình trạng thiết quân lực, giao cho Quân đội trách nhiệm bảo vệ nền Cộng hòa và đất nước (*the President would entrust to it for the defence of the Republic and the country*). Trong khi đó, Cộng sản đã sẵn sàng tấn công Sài Gòn để lật đổ chế độ ngay khi phong trào đấu tranh của Phật giáo tạo thành một sự hỗn loạn lan rộng. Họ dự kiến điều này sẽ diễn ra vào cuối tháng 8-1963. *(The Communists were ready for a drive on Saigon to overthrow the Government when the Buddhist movement would degenerate into popular riots. They expected this to take place by the end of August 1963.)*

- Những lý do nêu trên buộc Chính phủ phải đồng ý cho Quân đội tiến hành chiến dịch đêm 20-8-1963. *"Quân đội đã khám phá được trong nhiều ngôi chùa một số lượng lớn vũ khí và tài liệu quan trọng, thêm một lần nữa chứng tỏ rằng các nhà sư quá khích đang theo đuổi một mục đích chính trị với sự trợ giúp của một bên là Việt cộng và một bên khác nữa là các nhóm đối lập chính trị."(The Army had discovered in several pagodas an important lot of weapons and documents which demonstrated once more that the extremist bonzes were pursuing a political goal with the support of the Viet-Cong on one hand, and of political opposition groups on the other hand).*

- Mặc dù chiến dịch được tiến hành quyết liệt nhưng không hề gây đổ máu và thương vong. *(although they were drastic, resulted in no bloodshed or loss of life).* Qua đó, quân đội đã thành công trong việc tái lập trật tự, mang lại sự bình yên cho các chùa, giải phóng tăng ni Phật tử thuần thành khỏi sự khống chế của các nhà sư cực đoan *(the Army had successfully restored security, brought back calm in the pagodas, and liberated the bonzes, nuns and Buddhist faithful from the grip of the extremist bonzes).*

- Trên khắp nước có hàng loạt những cuộc biểu tình, tụ tập của Phật tử, các tầng lớp trí thức và bình dân, các giai tầng xã hội khác nhau, bày tỏ niềm tin và sự ủng hộ

Chính phủ *(Throughout the country demonstrations had been organized by Buddhist groups, professional and popular groups, and by all the social classes to express confidence and support for the Government)*, lên án những kẻ phản quốc *(to denounce the traitors to the nation)*. Cụ thể là ở Huế có hơn 80.000 người, ở Sài Gòn có hơn 120.000 người, và ở các tỉnh thành khác đều có nhiều chục ngàn người. *(In Hue, more than 80,000 people, in Saigon more than 120,000 people, and in the provincial capitals, tens of thousands of people).*

- Cuối cùng, nhờ các biện pháp sử dụng quân đội như đã trình bày trên, Chính phủ đã tái lập được trật tự, giải quyết mọi bất ổn, và do đó Chính phủ đã cho phép mở cửa lại những chùa chiền bị phong tỏa, trả tự do cho tất cả các tăng sĩ bị bắt, đưa trả các sinh viên học sinh bị bắt giữ về với gia đình. *(The Government has ordered the reopening to worship of the pagodas, which had been under temporary surveillance ; it has authorized the arrested monks to go back to the places of worship and it has returned the detained students to their parents.)*

Văn bản của Chính phủ được kết luận một cách lạc quan và phủ nhận hoàn toàn những bất ổn đang tồn tại:

The Government deems itself entitled to hope that the nations friendly to Viet-Nam will help it enlighten the public opinion of the Free World on this affair which it considers already settled.

Chính phủ [Việt Nam Cộng Hòa] tự xét thấy có quyền hy vọng rằng các quốc gia thân thiện với Việt Nam sẽ giúp làm sáng tỏ công luận trong Thế giới Tự do về vấn đề này, vì Chính phủ xem như đã giải quyết xong.

Bản văn do ông Trần Tử Oai trực tiếp trao cho Phái đoàn dài hơn 5.000 chữ, có nhiều đoạn trình bày chi tiết về các sự kiện, biện pháp xử lý bất ổn v.v... Tuy nhiên, nội dung chính yếu có giá trị bác bỏ những cáo buộc mà Phái đoàn của điều tra Liên Hiệp Quốc đã ghi nhận và chuyển đến cho Chính phủ thì không ngoài các ý chính đã được chúng tôi tóm lược như trên. Trong thực tế, nếu Chính phủ có khả năng chứng tỏ một cách khách quan những gì trình bày trên đây là đúng thật, thì cuộc điều tra của Phái đoàn hẳn không cần phải tiếp tục nữa. Tuy nhiên, hầu hết, nếu không muốn nói là tất cả, những gì Chính phủ nêu ra đều chỉ có giá trị một chiều, tự biện và không có bất kỳ một chứng cứ cụ thể nào. Giả thuyết về sự can thiệp của Việt cộng là một ví dụ. Chính phủ không xem đây là một giả thuyết, mà xác quyết như vậy, nhưng lại không đưa ra bất kỳ chứng cứ nào.

Khi Chính phủ nói rằng theo kết quả giám định của các chuyên gia y tế thì các nạn nhân [của sự kiện Đài Phát thanh Huế] bị chết do chất nổ plasstic [của Việt cộng] *(to the findings of the medical experts, all the wounds on the victims' bodies were caused by the explosion of plastic charges)* thì Phái đoàn đồng thời cũng nhận được các cáo buộc ngược lại từ phía các nhân chứng là Chính phủ đã bỏ tù Bác sĩ Lê Khắc Quyến chỉ vì ông từ chối không chịu ký vào các biên bản giám định không đúng sự thật được làm sẵn. *(Dr. Le Khac Quyen of the Hue Hospital, was subsequently imprisoned for refusing to sign a medical certificate prepared by Government authorities)*. Câu hỏi đặt ra ở đây là, cáo buộc của các nhân chứng có thể thiếu chứng cứ là điều dễ hiểu, nhưng tuyên bố chính thức của Chính phủ tại sao không kèm theo chứng cứ xác nhận (chẳng hạn như biên bản giám định) khi họ có thừa khả năng làm điều đó?

Chính phủ cũng có sự mâu thuẫn khi cáo buộc các cuộc biểu tình ôn hòa của Phật giáo là *"gây rối loạn trật tự"*, trong khi tự cung cấp thông tin là có biểu tình ủng hộ Chính phủ lên đến 120.000 người ở Sài Gòn (gấp 6 lần số người họ cho là đã tụ tập trước chùa Xá Lợi vào thời điểm căng thẳng nhất) nhưng lại không ảnh hưởng gì đến trật tự trị an. Sự cường điệu của Chính phủ về con số người ủng hộ đã lộ rõ khi cuộc đảo chính diễn ra thành công ngay sau đó và điện văn số 875 của Đại sứ Cabot Lodge gửi về Bộ Ngoại Giao Mỹ ngày 2 tháng 11 năm 1963 đã mô tả không khí Sài Gòn như sau:

"Believe the very great popularity of this coup should be stressed. Every Vietnamese has a grin on his face today. I'm told that the jubilation in the streets exceeds that which comes every new year."

"Hãy tin rằng cần nhấn mạnh đến sự ủng hộ của dân chúng đối với cuộc đảo chính này. Hôm nay, mọi người Việt Nam đều tươi cười. Người ta bảo tôi rằng, niềm hân hoan được thấy trên đường phố còn vượt hơn cả niềm vui ngày Tết."

Và sau khi cái chết thê thảm của hai anh em ông Diệm và ông Nhu được xác nhận có cả hình ảnh, ngày 4-11-1963, Cabot Lodge gửi điện văn số 917 trả lời Bộ Ngoại giao Mỹ về tình trạng ông Ngô Đình Cẩn như sau:

"On the question of Ngo Dinh Can, they said that their General in Hue had just telephoned that there was a very large and hostile crowd around the house where Can lives with his mother and that he was obviously thoroughly loathed for all his many cruelties in the past and that the crowd wanted his skin..."

"Về vấn đề ông Ngô Đình Cẩn, tướng lãnh Việt Nam ở Huế vừa điện báo rằng một đám đông rất lớn và đầy thù nghịch đang vây quanh ngôi nhà ông Cẩn sống với người mẹ, rõ ràng ông ta bị căm thù vì sự tàn ác của ông trong quá khứ và đám đông này đang muốn lột da ông..."

Cáo buộc về những cuộc *"biểu tình đẫm máu"* cũng hoàn

toàn vô căn cứ vì trong thực tế tuy đã có rất nhiều cuộc biểu tình xảy ra khắp nơi, nhưng tất cả đều ôn hòa và chỉ có thương vong khi bị Chính phủ đàn áp, còn tự thân những người tham gia biểu tình chưa từng có hành vi bạo động.

CÁC BUỔI TIẾP XÚC TRỰC TIẾP

Phần lớn các buổi tiếp xúc không nhận thêm được thông tin gì khác hơn nhiều so với đã nêu trong văn bản chính thức. Chúng tôi chỉ ghi nhận lại dưới đây những điểm khác biệt, bổ sung. Tổng thống Ngô Đình Diệm khi tiếp xúc với Phái đoàn và nói về cuộc đấu tranh của Phật giáo đã đưa ra hai thông tin không được nhắc đến ở bất kỳ một nguồn tư liệu nào khác:

1. Phật tử đòi hỏi cờ Phật giáo phải được treo cao hơn quốc kỳ Việt Nam. *(The Buddhists wanted their flag to fly at a higher level than the national flag of Viet-Nam.)*

2. Tổng hội Phật giáo Việt Nam đang cố ép buộc các bộ phái khác phải chấp nhận cùng một lá cờ Phật giáo quốc tế. *(The National Buddhist Association was trying to force other sects of the same religion to accept the international banner of Buddhism.)*

Không biết ông Diệm đã nhận những báo cáo như thế nào để hiểu về phong trào Phật giáo theo cách như thế. Điểm thứ nhất về việc đòi hỏi treo cờ cao hơn là quá ngây ngô, chưa từng có. Điểm thứ hai là một sự ngộ nhận hoàn toàn, vì cờ Phật giáo được đồng thuận sử dụng ở tất cả các nước trên thế giới, không riêng gì Việt Nam, nên không phải là lựa chọn riêng của bất kỳ tông phái Phật giáo nào.

Buổi tiếp xúc với Cố vấn Ngô Đình Nhu ghi nhận nhiều thông tin hơn, nhưng hầu hết là những giải trình chi tiết của ông Nhu về các chính sách của Chính phủ hơn là trả lời thẳng vào các vấn đề cáo buộc do Phái đoàn đưa ra. Vị Trưởng đoàn đã đặt những câu hỏi nhằm khai thác thông tin đúng hướng. Căn cứ vào báo cáo của Chính phủ là qua đợt bố ráp 20-8-1963 đã triệt phá được hết *"những phần tử kích động"*, ông đặt vấn đề về sự cải thiện mối quan hệ giữa Chính phủ với Phật giáo như vậy liệu đã có hy vọng tốt hơn hay chưa? *(If all the organizations were destroyed the situation should be better than before and there should be greater hope for an improvement in the relations between the Government and the Buddhists. Do you share this hope?)* Ông Nhu đã trả lời hết sức mơ hồ: "Chính phủ không bắt hết được những kẻ âm mưu. Hầu hết bọn chúng được điều khiển từ nước ngoài và chúng tôi không thể bắt hết được chúng." *(The Government did not arrest all the plotters. Most of them are controlled from abroad and we are not able to arrest them.)* Trong văn bản chính thức nói rằng Chính phủ đã bố ráp thành công và *"vấn đề đã được giải quyết"*, thì bây giờ ông Cố vấn lại đưa ra một viễn cảnh đấu tranh mở rộng đối tượng buộc tội không chỉ là Việt cộng mà còn có yếu tố "nước ngoài". Và khi vị Trưởng đoàn hai lần gặn hỏi về số người thực sự đã bị bắt vẫn còn bị giam trong tù, ông Cố vấn đã trả lời "Khoảng 200 đến 300 người. Việc này hãy hỏi ông Bộ trưởng Nội vụ." *(About 200 to 300; ask the Minister of the Interior.)* Trong văn bản của Chính phủ thì tuyên bố Chính phủ đã trả tự do cho tất cả những người bị bắt!

Phó Tổng thống Nguyễn Ngọc Thơ không có thêm thông tin mới vì ông này tuyên bố không có ý kiến gì khác hơn đã nêu trong văn bản của Chính phủ *(I have no other point of view to express than that of the Government of Viet-Nam).* Tuy nhiên, khi vị Trưởng đoàn đặt câu hỏi tại sao Phật giáo cáo buộc Chính phủ không tôn trọng bản Thông cáo chung thì ông thừa nhận: Họ *"cáo buộc rằng Chính phủ tiếp tục bắt giữ các nhà sư và ngăn cản những buổi lễ cầu siêu cho các nạn nhân..."* (alleged that the Government continued to arrest bonzes and to prevent ceremonies for the repose of the souls of the victims, and so on). Những cáo buộc này là hoàn toàn có thật theo quan sát trong thực tế của Phái đoàn, cũng như qua thông tin được cung cấp từ chính các thành viên Chính phủ.

Khi được yêu cầu nhận định về phong trào đấu tranh của Phật giáo, ông Phó Tổng thống cũng không kiên định theo lập trường của Chính phủ là do Việt cộng can thiệp từ đầu trong sự kiện ngày 8-5-1963, mà nói một cách mơ hồ hơn rằng *"ban đầu đó là một phong trào đấu tranh thuần túy tôn giáo, nhưng cuối cùng có lẽ đã có một số liên hệ nào đó với cộng sản"* (At the beginning it was strictly religious. At the end, it may be that some contacts were made with the communists"). Có lẽ ông Thơ đã thực sự nghĩ như vậy.

Phái đoàn đã lặp lại yêu cầu cung cấp các chứng cứ với ông Bộ trưởng Nội vụ Bùi Văn Lương:

There was one statement made by the officials of the Government of Viet-Nam to the effect that certain documents were discovered by the Government and the Army in the pagodas and Buddhist institutions. These documents undoubtedly are of importance in establishing certain facts or at least in bringing about the possibility of due consideration that should be given to the situation in establishing objectively the facts that the Mission is seeking to ascertain.

Nhiều quan chức của Chính phủ Việt Nam đều tuyên bố rằng có một số tài liệu đã được Chính phủ và quân đội tìm thấy trong các ngôi chùa và cơ sở Phật giáo. Những tài liệu này chắc chắn là có tầm quan trọng trong việc xác định những sự thật nhất định, hoặc ít nhất là mang đến khả năng xem xét thích hợp đối với tình hình trong việc xác định sự thật mà Phái đoàn đang tìm kiếm.

Yêu cầu này đã được đưa ra nhiều lần, với nhiều chứng cứ khác được nêu trong những lần tiếp xúc với các quan chức Chính phủ, và Phái đoàn luôn nhận được lời hứa là sẽ được cung cấp đầy đủ. Ông Lương trả lời rằng các giấy tờ này đang được photocopy hoặc đánh máy lại, và tất cả sẽ được trao cho Phái đoàn trước ngày thứ Hai tuần sau đó, ngày mà Phái đoàn dự tính rời Việt Nam. (*They are now being photocopied or typed, so that before the Mission leaves next Monday, I shall be pleased to hand to the Mission all the documents discovered in the pagodas.*) Vị Trưởng đoàn lưu ý rằng nếu Phái đoàn hoàn tất được việc điều tra và rời Việt Nam ngay, có thể sẽ sớm hơn dự tính (*the Mission may, after the completion of its work, leave immediately and this may happen to be before Monday*). Vì thế, ông mong rằng sẽ nhận được các giấy tờ này trước để Phái đoàn *"không phải chờ đợi chỉ vì những văn bản mà Chính phủ đã đồng ý trao cho"* (*will not be delayed simply for certain documents which it has requested and that the Government has agreed to give it*). Ông Lương đã đồng ý về điều này.

Một điểm quan trọng khác trong buổi nói chuyện với ông Bộ trưởng Nội vụ là vị Trưởng đoàn đã đặt câu hỏi nguyên văn như sau:

> *There are certain rights and freedoms referred to in paragraph 2 of the document "L'Affaire bouddhiste au VietNam", which are normally considered normal rights and freedoms as long as they do not incite to violence. How is it that the Government refers to these as conspiracy?*
>
> (*Có một số quyền tự do được đề cập đến trong đoạn văn thứ nhì của tài liệu "Vấn đề Phật giáo ở Việt Nam" vốn*

được xem là những quyền tự do thông thường, miễn là không có sự kích động bạo lực. Làm sao Chính phủ lại có thể đề cập đến [việc thực hiện] những quyền tự do thông thường này như là một âm mưu?)

Trả lời câu hỏi này, ông Lương nói rằng Chính phủ đã bắt một người tên Đặng Ngọc Lựu và ông này khai rằng những gì Phật giáo thể hiện là một âm mưu của cộng sản đã được chuẩn bị trước từ năm 1960, và đó là lý do Chính phủ xem đây như một âm mưu *(he said that the conspiracy and this is the reason why the word "conspiracy" is used in the document, which is a communist conspiracy, dates back to 1960).* Một lần nữa, để xác thực những thông tin này, Phái đoàn tiếp tục đưa ra yêu cầu được nhìn thấy tờ khai của Đặng Ngọc Lựu. Ông Lương đã hứa sẽ đáp ứng tất cả yêu cầu của Phái đoàn gồm nhiều văn bản liên quan khác nữa.

Trong thực tế, Phái đoàn xác nhận trong Phúc trình là họ không nhận được bất kỳ văn bản nào từ phía Chính phủ như đã hứa *(the Mission never received certain documents promised by the Government),* mặc dù thời gian lưu lại của Phái đoàn trước ngày đảo chính là thừa khả năng để Chính phủ đáp ứng việc này, chưa xét đến yếu tố Chính phủ đã chủ động mời Phái đoàn đến thì những văn bản liên quan thuộc loại *"chứng cứ"* hẳn phải được chuẩn bị từ trước mới hợp lý.

Không nhận được những giải thích rõ ràng và hợp lý từ các thành viên đã tiếp xúc, vị Trưởng đoàn đã tiếp tục nêu một câu hỏi có phần cụ thể hơn với ông Nguyễn Đình Thuần, Bộ trưởng Phủ Tổng thống: *"Chính phủ nói rằng không bao giờ bắt giữ những người theo đạo Phật chỉ vì lý do duy nhất rằng họ là Phật tử. Chúng tôi muốn biết, vậy thì làm thế nào mà tất cả những người bị bắt, các sinh viên và những thành phần khác, lại chỉ toàn là người theo đạo Phật, bao gồm cả các vị tăng sĩ đã tham gia đàm phán cùng Chính phủ trước đó? (...the Government never arrested Buddhist followers solely because they were Buddhists. We would like to know how it is then that all those people who have been detained, whether students or others, are only Buddhists, including the monks, who took part in previous negotiations?)*

Ông Thuần đã loanh quanh không giải thích được điểm này và đẩy vấn đề trở lại cho ông Bộ trưởng Nội vụ, rằng ông Bộ trưởng Nội vụ nhất định là đã đưa ra cho Phái đoàn tất cả những giải thích cần thiết về vấn đề này. *(I am convinced that the qualified person to answer this is the Minister of the Interior who must have given the Mission all necessary explanations in this respect.)* Trong thực tế, Phái đoàn đã gặp ông Bộ trưởng Nội vụ trước đó và không nhận được lời giải thích thỏa đáng về việc bắt giữ hàng loạt tăng ni Phật tử trong đêm 20-8-1963.

Ngày 31-10-1963, vị Trưởng đoàn cùng một thành viên trong đoàn là ông Correa da Costa đến gặp Bộ trưởng Ngoại giao để cố gắng thu xếp việc phỏng vấn Thượng tọa Thích Trí Quang. Nỗ lực không thành vì quan điểm của Chính phủ vẫn không thay đổi, khăng khăng là Tòa Đại sứ Mỹ phải giao nộp Thượng tọa Thích Trí Quang cho Chính phủ trước khi bất kỳ cuộc tiếp xúc nào có thể được thực hiện. Tuy nhiên, trong buổi tiếp xúc này, vị Trưởng đoàn đã ghi nhận lại trong báo cáo một số quan điểm của Chính phủ do ông Bộ trưởng Ngoại giao trình bày. Trước hết, phía Chính phủ nhất định cho rằng Thượng tọa Thích Trí Quang là người của Việt cộng vì các lý do:

- Ông có tham gia phong trào cộng sản vào năm 1945. Ông cũng có thành lập một Hội Phật giáo có quan hệ chặt chẽ với Mặt trận của Cộng sản.

- Ông có 2 lần bị người Pháp bắt, đồng thời có biểu lộ ủng hộ tư tưởng cộng sản. Trong một lần thuyết giảng trước đám đông ở Huế, ông nói rằng không có gì khác biệt giữa Phật giáo và chủ nghĩa cộng sản. Đây là dấu hiệu đầu tiên cho thấy ông có khuynh hướng nghiêng về chủ nghĩa Marx.

- Mặc dù những điểm trên chưa đủ yếu tố để kết luận, nhưng Chính phủ còn có những dữ kiện chính xác khác. Trước hết, cách đây khoảng 25 năm, Thích Trí Quang từng có liên hệ với Lê Đình Thám, một người hiện làm việc cho cộng sản ngoài Bắc. Thứ hai, năm 1954 ông có tiếp xúc với một bác sĩ cộng sản người Pháp tại Đà Lạt. Thứ ba, tất cả các thỉnh nguyện thư mà Chính phủ nhận được hiện nay đều phản ánh một cách chính xác lối suy nghĩ của Thích Trí Quang, chứng tỏ ông là người đứng sau mọi việc chứ không phải Hòa thượng Thích Tịnh Khiết.

Những lập luận này của Chính phủ rõ ràng cố gắng làm vững thêm cáo buộc của họ rằng ngay từ đầu biến cố ngày 8-5-1963 ở Huế vốn đã là một âm mưu được tính trước của Việt cộng. Tuy nhiên, thực tế cho thấy là người dân cũng như giới lãnh đạo Phật giáo không ai tin vào lập luận buộc tội này, bởi chúng hoàn toàn mang tính chủ quan và thiếu chứng cứ cụ thể. Chúng ta đều biết, đạo luật 10/59 cho phép Chính phủ ông Diệm thẳng tay trừng trị bất cứ ai có dính líu đến Cộng sản và hình phạt nặng nhất có thể là tử hình. Vì thế, việc họ chấp nhận chỉ "đấu võ mồm" với Thượng tọa Thích Trí Quang đã là một chứng cứ rõ ràng cho thấy họ không có đủ căn cứ để buộc tội.

Về các vụ tự thiêu của Phật giáo, ông Bộ trưởng Ngoại giao đưa ra những lập luận của Chính phủ như sau:

- Các vụ tự thiêu vừa qua phải được xem là những vụ giết người có tổ chức *(these suicides should be considered organized murders)*, bởi vì các nạn nhân tự thiêu bị cung cấp những thông tin sai lệch, rằng Chính phủ đã giết chết Hòa thượng Thích Tịnh Khiết, đã giết chết Sư bà Diệu Huệ, đã dìm chết trong nước hàng trăm nhà sư, đã đốt cháy chùa Xá Lợi, và vì thế nạn nhân bị thúc bách phải tự thiêu để phản đối những hành động này. *(The victims were told that the Government had killed Reverend Khiet, that the Government had killed Dieu Hue, had drowned hundreds of monks, that it had burned the Xa-Loi Pagoda, and therefore that they should commit suicide in protest against these acts of the Government.)*

- Về trường hợp tự thiêu của Hòa thượng Thích Quảng Đức, ông Bộ trưởng được báo trước một tuần và đã muốn ngăn chặn. *(The Minister said he had been informed a week before the incident, and wanted to prevent it.)* Ông Bộ trưởng tiếp tục dựng lên những mô tả hoàn toàn vô căn cứ về một diễn tiến mà ông cũng thừa nhận là Chính phủ không biết gì lúc xảy ra. *(Everybody knew about it except the Government.)* Dù vậy, ông Bộ trưởng đã kể giống như tận mắt chứng kiến: *"Ông sư không tự đi mà được trợ giúp bởi hai ông sư khác, họ xốc nách ông đưa đi. Trông ông ấy như say thuốc. Mấy ông sư kia tưới xăng lên người ông ta."* *(The monk did not walk by himself but was helped by the two monks who held him under his arms. He looked drugged. The monks poured gasoline on him.)* Chưa hết, ngoài những chi tiết tô vẽ không biết do ai kể lại, ông Bộ trưởng còn thêm vào những suy diễn của mình: *"Nạn nhân lấy ra một cái bật lửa để tự châm lửa, nhưng bật lửa không cháy. Một trong hai ông sư kia đánh một que diêm và đốt lửa bùng lên. Tại sao cái bật lửa không cháy? Đây là điều chúng ta phải tự đặt nghi vấn. Phải chăng ông sư đã lấy đá lửa ra trước đó?"* *(The victim took out a lighter to burn himself but the lighter did not work. One of the other two monks lit a match and set the fire. Why didn't the lighter work? This is a question which we should ask ourselves. Had the flint been taken by the monk?)*

Với cách nhìn nhận về việc tự thiêu của chư tăng ni như thế, chúng ta có thể dễ dàng hiểu được vì sao việc thương thảo giữa Phật giáo với Chính phủ không đi đến kết quả. Chỉ có điều đáng nói là, qua sự ghi nhận của rất nhiều nhân chứng trong cũng như ngoài nước, thì những gì mà Chính phủ nhận hiểu, hay cố ý nhận hiểu, đều hoàn toàn không đúng với sự thật. Bởi vì cuộc tự thiêu của Hòa thượng Thích Quảng Đức có hàng trăm người trực tiếp chứng kiến nên sự thật không khó tìm hiểu. Ngoài ra, cũng không thấy chính phủ có nỗ lực nào tìm hiểu thêm cuộc tự thiêu nầy thông qua hai thông tín viên quốc tế có mặt tại hiện trường là *Malcolm Browne* của *Associated Press* và *David Hamberstam* của *New York Times*.

3. Tiếp nhận và xử lý cáo buộc bằng văn bản

Mặc dù hoạt động chính của Phái đoàn được diễn ra cụ thể qua chuyến đi điều tra tại Việt Nam, nhưng các nguồn thông tin thu thập được rất đa dạng, không chỉ giới hạn trong phạm vi thu thập tại Việt Nam. Bức tranh đa dạng này sẽ cho chúng ta thấy rõ sự quan tâm của rất nhiều người đến các sự kiện bất ổn tại miền Nam Việt Nam vào lúc đó.

Trong suốt thời gian hoạt động, bên cạnh việc trực tiếp thu thập thông tin từ những người được phỏng vấn, Phái đoàn điều tra cũng nhận được cả thảy 116 nguồn thông tin bằng văn bản. Trong số này, có 49 văn bản cáo buộc nhận được tại Việt Nam trong thời gian điều tra. 67 văn bản còn lại đã được gửi đến Trụ sở Liên Hiệp Quốc tại New York. Trong số 67 văn bản này, có 24 được gửi từ Việt Nam, ngoài ra là được gửi từ các quốc gia khác, cụ thể là: Hoa Kỳ: 16, Ấn Độ: 6, Nhật Bản: 5, Belgium: 3, Ceylon: 3; và Anh, Úc, Canada, Tiệp Khắc, Pháp, Đức, Malaysia, Nepal, New Zealand, Venezuela, mỗi nước đều có 1 văn bản.

Trong số 49 văn bản cáo buộc nhận được tại Việt Nam, có cáo buộc cho biết người gửi đã cố đến gặp nhưng *"anh ta đã bị ngăn cản không cho tiếp xúc với các thành viên của Phái đoàn"* (he had been prevented from contacting the members of the Mission). Hai trường hợp khác, người gửi *"nhấn mạnh những khó khăn trong việc đến gặp Phái đoàn"* (the petitioners stressed the difficulties of getting in touch with the Mission).

Toàn bộ 116 văn bản đều đã được Phái đoàn xem xét, phân tích kỹ về nội dung và hệ thống hóa thành các nhóm như sau:

CÁO BUỘC VỀ NHỮNG SỰ KIỆN TRƯỚC NGÀY 8-5-1963:

a. Dụ số 10 ban hành từ năm 1950 (vẫn còn hiệu lực) cho phép Chính phủ áp dụng theo cách thiên vị, dành nhiều ưu đãi cho Thiên Chúa giáo trong khi siết chặt và gây nhiều khó khăn cho các hoạt động tín ngưỡng của Phật giáo. *"Cộng đồng Phật giáo phải xin phép Chính quyền khi tổ chức các buổi lễ, trong khi Thiên Chúa giáo thì không chịu ảnh hưởng quy định đó."* (Buddhist community had to obtain government permission to hold public ceremonies, while the Catholic Church, not subject to that Ordinance). Thiên Chúa giáo có nhiều ngày lễ được công nhận chính thức hơn. *"Nhiều vấn đề hôn nhân gia đình đang dần dần được luật hóa theo hướng gần với Thiên Chúa giáo và đi ngược với tập tục, niềm tin của người Phật tử"* (Marriage and family matters had been the subject of Catholic-oriented legislation, contrary in some respects to Buddhist customs and beliefs).

b. Trong thực tế, sự phân biệt đối xử được thể hiện qua nhiều hình thức: *"Tín đồ Thiên Chúa giáo được bổ nhiệm giữ tất cả các vị trí quan chức quan trọng"* (Catholics were appointed to all the important public offices); nhiều phương tiện, quyền lợi như *"đất đai được ưu tiên dành cho người Thiên Chúa giáo và từ chối người Phật tử"* (granted to the Catholic Church for the acquisition of land, and denied to Buddhists). *"Các vật phẩm cứu trợ cũng phân phối ưu tiên cho người Thiên Chúa giáo, thông qua các tổ chức Thiên Chúa giáo* (relief goods were distributed in preference to Catholics and through Catholic agencies).

c. Các ngày lễ của Thiên chúa giáo được tổ chức lớn, *"cờ Vatican tung bay khắp nơi, tất cả các viên chức Chính phủ, ngay cả những người không theo Thiên Chúa giáo cũng bị buộc phải đến tham dự. Ngược lại, các ngày lễ Phật giáo tổ chức ở nơi công cộng luôn bị hạn chế và quấy nhiễu bằng đủ mọi cách."* (the Vatican flag being largely displayed, and all Government employees, even non-Catholics, being required to attend; in contrast, Buddhist ceremonies in public places were subjected to all kinds of restrictions and harassments). Năm 1957, Chính phủ đã cố *"loại bỏ lễ Phật đản ra khỏi các ngày lễ chính thức"* (remove Wesak from the list of official holidays). Mặc dù từ năm 1954 đến nay có nhiều chùa được xây mới hoặc tu sửa, nhưng tất cả đều *"là nỗ lực của tín đồ Phật giáo, không có bất kỳ trợ giúp đáng kể nào của Chính phủ"* (this was due to the generosity of Buddhist believers and not to any substantial grants from the Government).

d. Từ tháng 10-1960, chủ yếu tại các tỉnh Quảng Nam, Quảng Ngãi, Phú Yên, Bình Định, các quan chức Chính quyền địa phương đã *"cố ép buộc một số tín đồ*

Phật giáo cải đạo theo Thiên Chúa giáo bằng cách đe dọa đưa vào các trại cải huấn, hoặc trở thành đối tượng bị cưỡng bức lao động vì nghi ngờ là theo cộng sản" (attempted to compel a number of Buddhist believers to become Catholics either by threats of being sent to re-education camps and of being subjected to forced labour as suspected pro-communists). Đối với những người đã bị đưa vào trại cải huấn, họ dụ dỗ *"bằng cách hứa sẽ được tha sớm nếu chịu cải đạo"* (by the promise of an earlier release in case of conversion), hoặc bằng cách *"đe dọa sẽ gây khó khăn cho gia đình họ"* (by threats of persecution against their families). *Những Phật tử chống lại bị bắt buộc phải giao nộp thẻ căn cước cho Chính quyền, một số khác bị ép buộc di cư đi nơi khác.* (Some Buddhists who resisted these attempts were forced to surrender their identity cards to the authorities, and some were ordered to migrate to other regions). Một số trường hợp tồi tệ hơn, những người Phật tử *"bị bắt cóc, bị giam giữ, tra tấn, và có một trường hợp ở tỉnh Quảng Ngãi được kể lại là đã bị chôn sống."* (Others were kidnapped, arrested and tortured, and one, in Quang-Ngai province, was said to have been buried alive.) Nhiều lãnh đạo Phật giáo bị bắt và sau đó không ai biết họ ở đâu. Một vị sư ở tỉnh Phú Yên phản đối rất mạnh mẽ và đã bị sát hại. Với sự áp đặt các biện pháp như thế, kết quả là *"trong giai đoạn 1956-1963, có đến 208.000 người bị buộc phải cải đạo theo Thiên Chúa giáo"* (208,000 persons had been converted to Catholicism from 1956 to 1963), trong khi *"trên toàn lãnh thổ Việt Nam Cộng Hòa vào năm 1954 chỉ có tổng cộng 450.000 người theo Thiên Chúa giáo"* (in 1954 there had been only 450,000 Catholics in the Republic of Viet-Nam).

CÁO BUỘC VỀ NHỮNG SỰ KIỆN VÀO CÁC NGÀY 6, 7 VÀ 8-5-1963

- Nguyên nhân ban đầu của các vụ phản đối được cho là bắt nguồn từ Công điện số 9195 ngày 6-3-1963 của Tổng Thống, nghiêm cấm việc treo cờ và các biểu tượng tôn giáo. Mặc dù chỉ thị nêu việc nghiêm cấm đối với các tôn giáo nói chung, nhưng việc ban hành ngay trước ngày Phật đản có ý nghĩa rõ ràng là nhắm vào Phật giáo.

- Thông tin phù hợp trong tất cả các văn bản nhận được là vào sáng ngày 8-5-1963 có một số biểu ngữ phản đối các hạn chế áp đặt đối với Phật giáo và Thượng tọa Thích Trí Quang đã có bài diễn văn được ghi âm nêu rõ sự phản đối này cũng như bày tỏ những nguyện vọng, yêu cầu hợp pháp. Chính quyền đã từ chối việc phát sóng bài diễn văn này vào buổi tối như thông lệ hằng năm. Đám đông đã tụ tập khi biết được điều này. Chính quyền đã sử dụng vòi rồng phun nước nhưng không giải tán được đám đông. Sau đó là súng máy, lựu đạn và xe tăng được dùng đến.

- Xe tăng của quân đội đã cán trực tiếp lên người dân gây thảm sát. *"Bác sĩ Lê Khắc Quyến của bệnh viện Huế được yêu cầu ký giấy xác nhận sai lệch là nạn nhân chết do chất nổ plastic của Việt cộng. Ông này từ chối không chịu ký và đã bị bắt giam."* (Dr. Le Khac Quyen of the Hue Hospital, was subsequently imprisoned for refusing to sign a medical certificate prepared by Government authorities; and that the Government falsely claimed that the wounds on the victims had been made by the explosion of plastic bombs of the type used by the Viet-Cong).

CÁO BUỘC VỀ GIAI ĐOẠN TỪ THÁNG 5 ĐẾN THÁNG 9 NĂM 1963

- **Từ ngày 8-5 đến ngày ra Thông cáo chung 16-6-1963:** Rất nhiều cuộc biểu tình phản đối ôn hòa của Tăng Ni Phật tử đã diễn ra ở Sài Gòn, Huế và nhiều địa phương khác, và đã bị đàn áp nghiêm trọng bởi cảnh sát và quân đội, nhiều ngôi chùa bị phong tỏa bằng dây kẽm gai bao quanh, nhiều tín đồ Phật giáo bị ngăn cản không được đến chùa. Rất nhiều Phật tử bị bắt giam chỉ vì đã ủng hộ Tuyên bố ngày 10 tháng 5 của Phật giáo đòi hỏi thực thi 5 nguyện vọng bình đẳng tôn giáo. Các lãnh đạo Phật giáo đã hết sức nỗ lực để kêu gọi sự kiềm chế của đám đông.

- **Từ ngày 16-6 đến cuộc tấn công các chùa đêm 20-8-1963:** Chính phủ không hề thực thi các điểm nêu trong Thông cáo chung mà họ đã thỏa thuận với các lãnh đạo Phật giáo. Chính phủ còn phát động một chiến dịch rộng khắp để thuyết phục người dân rằng phong trào đấu tranh của Phật giáo là do cộng sản kích động. Nhiều người ở các địa phương khác nhau đã bị buộc phải tham gia chống lại Phật giáo. Các quy định khắt khe trong Dụ số 10 vẫn tiếp tục được áp dụng nhắm vào Phật giáo. Việc treo cờ Phật giáo vẫn chỉ được chấp nhận duy nhất trong phạm vi các chùa và không được treo ở những nơi khác. Các vị tăng sĩ bị hạn chế việc đi lại. Nhiều Phật tử bị bắt trước đó vẫn chưa được thả ra, một số khác trước khi được thả ra đã bị buộc phải ký tên vào một số giấy tờ do nhà cầm quyền viết sẵn nội dung. Ngày 17-7-1963, một cuộc biểu tình ôn hòa của Tăng ni Phật tử diễn ra trước chùa Xá Lợi đã bị đàn áp thô bạo, rất nhiều người bị bắt trong đó có cả phụ nữ và trẻ em.

- **Cuộc tấn công các chùa đêm 20-8-1963 và sau đó:**

Hầu hết các vị lãnh đạo Phật giáo, trừ Thượng tọa Thích Trí Quang, đều bị bắt trong trận tấn công này hoặc ngay sau đó. Có ít nhất 2 vị sư bị giết tại Sài Gòn trong đêm đó và 2 vị sư khác cũng bị giết tại Huế. Nhiều lãnh đạo Phật giáo đã bị đánh đập, tra tấn. Một số vị sư được thả ra sau đó nhưng bị quản thúc trong phạm vi chùa và bị người của Chính phủ canh gác. Rất nhiều Kinh sách, pháp khí, tượng thờ cùng tiền bạc, vật dụng của nhà chùa bị đập phá hoặc cướp mang đi. Những cuộc biểu tình của sinh viên bắt đầu trong tháng 7 và phát triển mạnh mẽ nhất vào tháng 8, đã bị đàn áp rất thô bạo. Có khoảng 3.000 sinh viên đã bị bắt. Một số trong đó bị đánh đập, tra tấn và bị giam giữ ở những nơi rất tồi tệ. Vào thời điểm Phái đoàn đến Việt Nam, vẫn còn khoảng 2.000 sinh viên đang bị giam giữ. Các sinh viên cho biết có một số sinh viên Thiên Chúa giáo cũng bị bắt nhưng họ được thả ra dễ dàng và được yêu cầu hợp tác với cảnh sát. Một số bản cáo buộc nói rằng Chính phủ đã ngăn cản khiến cho người dân không thể đến gặp Phái đoàn và cảnh báo việc *có thể có nhiều thông tin sai lệch được gửi đến nhằm đánh lạc hướng điều tra* của Phái đoàn. Một số cáo buộc khẳng định rằng ngay trong thời gian Phái đoàn đang ở Việt Nam vẫn xảy ra những vụ bắt bớ sinh viên đấu tranh được thực hiện vào ban đêm.

NHỮNG THÔNG TIN TRÁI CHIỀU

Trong tổng số 116 văn bản nhận được, có 12 văn bản không hề cáo buộc Chính phủ, ngược lại chỉ gồm toàn những lời lẽ phủ nhận tất cả các cáo buộc trên. Các văn bản này nói rằng Chính phủ hoàn toàn không có sự phân biệt và đàn áp Phật giáo *(the Buddhist community was ever the victim of discrimination and persecution by the Government)*, rằng hiện nay tín đồ Phật giáo hoàn toàn tự do sống theo tín ngưỡng của mình *(Buddhist believers were entirely free to worship and propagate their faith)...*

Một câu hỏi đặt ra ở đây là, nếu bản thân những người này không thấy có điều gì bất ổn thì vì sao họ phải cất công viết và gửi các văn bản này đến Phái đoàn điều tra của Liên Hiệp Quốc? Một người không bị Tòa án buộc tội thì không thể tự nhiên tìm đến tòa chỉ để nói rằng tôi hoàn toàn vô tội! Điều này hết sức vô lý. Vì thế, chúng ta có thể hiểu được ngay là những nguồn thông tin như thế đã phát xuất từ đâu.

NHẬN XÉT CỦA PHÁI ĐOÀN ĐIỀU TRA

Bản Phúc trình có đoạn nêu rõ, Phái đoàn *"không có đủ phương tiện cũng như thời gian để xác minh các cáo buộc chi tiết đã nhận được"* *(The Mission had neither the means nor the time to verify the detailed allegations).* Tuy nhiên, Phái đoàn đã ghi nhận tất cả và dựa vào những nội dung cáo buộc này để *"thiết lập danh sách các nhân chứng cần phỏng vấn"* *(drawing up its lists of prospective witnesses),* cũng như *"soạn thảo các câu hỏi để đưa ra với các quan chức Chính phủ và các nhân chứng khi phỏng vấn"* *(formulating certain questions which it put to government officials and witnesses during the interviews).* Nội dung ghi nhận được qua những cuộc phỏng vấn trực tiếp các nhân chứng sẽ được giới thiệu sơ lược ở phần kế tiếp.

Về những gì được trực tiếp mắt thấy tai nghe, Phái đoàn cũng ghi nhận lại trong Phúc trình này kèm theo với những mô tả và nhận xét khách quan.

Tại chùa Xá Lợi, một ngôi chùa lớn, Phái đoàn đã gặp *"rất nhiều phóng viên báo chí địa phương và quốc tế, nhưng không nhìn thấy vị sư hay tín đồ nào cả"* *(there were many members of the international and local press and press photographers, but there were no monks or worshippers).* Sau khi chờ khoảng 10 phút, một vị sư già và một vị trẻ hơn xuất hiện, nhưng hầu như hoàn toàn im lặng không nói gì. Mặc dù vị Trưởng đoàn nhấn mạnh rằng cuộc trò chuyện sẽ được giữ bí mật, nhưng các vị sư tỏ ra rất e dè, không nêu tên và cũng không đồng ý ghi âm cuộc nói chuyện. Phái đoàn đã quan sát thấy rõ cấu trúc của một ngôi chùa lớn, như rất nhiều phòng ngủ, phòng ăn lớn, hội trường, thư viện... Trong hội trường có rất nhiều ghế đặt quanh bàn lớn, cho thấy đã từng sử dụng cho nhiều người tham dự. Tất cả hoàn toàn trái ngược với quang cảnh vắng vẻ tiêu điều trong hiện tại. *"Phái đoàn cũng quan sát thấy những cuộn dây kẽm gai ở cả hai bên cổng chùa, chứng tỏ ngôi chùa đã từng bị phong tỏa bằng kẽm gai"* (The Mission observed the presence of barbed-wire piled on either side of the gate suggesting that the pagoda had been barricaded).

Tại chùa Từ Đàm ở Huế, trong khi trò chuyện với phái đoàn, *"một sư cô lo việc quan sát các cửa sổ và cửa ra vào để đảm bảo không có người nghe trộm. Không khí có vẻ căng thẳng không thoải mái."* (a nun who was in attendance watched the windows and the entrance to see if anybody was listening. The atmosphere in this pagoda seemed to be one of uneasiness).

Tại khách sạn Majestic là nơi Phái đoàn lưu trú, *"vốn do Chính phủ chọn lựa"* (which had been chosen by the Government), một không khí cực kỳ căng thẳng được ghi nhận. Đây là một đoạn mô tả trong bản Phúc trình:

> ... [Khách sạn] được canh gác bởi cảnh sát và quân đội, chia nhau đứng canh trong sảnh đường, dưới tầng trệt nơi quầy tiếp tân và trong những phòng khách lớn. Các xe jeep của quân đội có vũ trang và trang bị máy truyền tin đóng chốt thường trực nơi cổng vào khách sạn. Các thành viên trong Phái đoàn nhận thấy những người đi vào khách sạn đều bị chặn lại để hỏi lý do.

Không rõ sự huy động các lực lượng an ninh lớn như thế có phải chỉ là do tình trạng bố ráp ở Sài Gòn từ đêm 20-8-1963 và Chính phủ muốn bảo vệ an toàn cho Phái đoàn, hay ngược lại chỉ nhằm ngăn cản để làm nản chí bất kỳ nhân chứng nào muốn đến tiếp xúc."

... was guarded by police and soldiers who stood at times in the hall, in the ground-floor bar and in the public rooms. Armed military guard and radio-equipped jeeps were permanently stationed at the entrance to the hotel. It was brought to the attention of the members of the Mission that visitors entering the hotel were being challenged and questioned as to the reasons for their visit. It was not clear whether this large deployment of security forces was simply due to the state of siege which had been in force in Saigon since 20 August 1963 and reflected a desire to protect the members of the Mission or, on the contrary, was designed to discourage visits by any witnesses wishing to talk to the members of the Mission."

Phái đoàn cũng được báo cáo từ phía Chính phủ, là trong trận tấn công các chùa đêm 20-8 *"mặc dù rất quyết liệt nhưng không có bất kỳ trường hợp thương tích hay thương vong nào"* (although they were drastic, resulted in no bloodshed or loss of life). Tuy nhiên, tại các bệnh viện, Phái đoàn thực tế *"đã quan sát được một trường hợp như thế"*. (It was reported to the Mission that there had been no cases of serious injury among the victims of the police raids; but the Mission observed one such case.)

Trong khi tiếp xúc với các thành viên quan trọng trong Chính phủ, Phái đoàn được chính thức báo cáo rằng Tăng ni Phật tử cũng như sinh viên học sinh bị bắt giữ trong chiến dịch đã được trả tự do. Đây là một đoạn trong báo cáo bằng văn bản (tiếng Anh và tiếng Pháp) do tướng Trần Tử Oai chính thức trao cho Phái đoàn:

> *"The Government has ordered the reopening to worship of the pagodas, which had been under temporary surveillance; it has authorized the arrested monks to go back to the places of worship and it has returned the detained students to their parents."*

> *"Chính phủ đã ra lệnh mở cửa lại những nơi thờ phụng ở các chùa mà trước đó bị tạm thời phong tỏa, Chính phủ cũng cho phép các vị sư bị bắt giữ được trở về chùa và Chính phủ cũng đã trao trả các sinh viên bị giam giữ về cho cha mẹ của họ."*

Tuy nhiên, tình trạng giam giữ các vị lãnh đạo Phật giáo và sinh viên học sinh vẫn được thấy ngay trong chính những thông tin do Chính phủ đưa ra. Phái đoàn đã ghi nhận trong Phúc trình một bản tin được đăng trên Việt Nam Thời Báo vào buổi sáng ngày 1-11-1963, ngay hôm xảy ra vụ đảo chính:

> *"Đêm qua, báo chí Việt Nam tường thuật rằng, theo các nguồn tin từ Phủ Tổng Thống thì Cố vấn Ngô Đình Nhu đã hứa sẽ can thiệp với Tổng Thống trong một nỗ lực nhằm trả tự do cho các thành viên của Ủy ban Liên Phái [Phật giáo] hiện đang bị giam giữ. Cơ quan thông tấn này nói rằng, các vị Thượng tọa Thích Thiện Hòa và Thích Nhật Minh, Chủ tịch và Phó chủ tịch của Ủy ban Liên hiệp [Bảo vệ] Phật giáo [Thuần túy], cùng đi với Giáo sư Bửu Hội, đã đến gặp Cố vấn Nhu để yêu cầu can thiệp. Họ đòi hỏi trả tự do cho tất cả các vị lãnh đạo, cư sĩ Phật giáo cũng như sinh viên còn đang bị giam giữ..."*

> *"Counsellor Ngo Dinh Nhu has promised to intervene with the President of the Republic in an effort to obtain the release of the members of the Inter-Sect Committee who are presently under detention, the Viet-Nam press reported last night 'according to Presidency sources'.*

> *The news agency said Venerables Thich Thien Hoa and Thich Nhat Minh, Chairman and Vice-Chairman of the Buddhist Union Committee, accompanied by Professor Buu Hoi, called on the Counsellor with a request for intervention. They asked for the release of all Buddhist dignitaries, laymen and students still under detention....”*

Trước đó, Phái đoàn đã trực tiếp chất vấn việc này với Cố vấn Ngô Đình Nhu và ông đã trả lời khá mơ hồ:

- *The CHAIRMAN: How many are still in prison?*

- *The POLITICAL ADVISER: About 200 to 300; ask the Minister of the Interior.*

- *(Trưởng đoàn hỏi: Có bao nhiêu người còn bị giam trong tù?*

- *Ông Cố vấn trả lời: Khoảng 200 đến 300 người. Việc này hãy hỏi ông Bộ trưởng Nội vụ.)*

Và khi câu hỏi được trực tiếp đặt ra với Bộ trưởng Nội vụ Bùi Văn Lương, ông này đã... hẹn lại:

> *“As to the exact number of students and monks still in camps and hospitals, this is within my power, and I shall give you a list of those names.”*

> *“Còn về con số chính xác những sinh viên, tăng sĩ còn bị giam trong các trại và trong bệnh viện, điều này nằm trong quyền hạn của tôi, tôi sẽ trao cho quý vị một danh sách họ tên những người ấy.”*

Ở đây, chúng ta lưu ý Phái đoàn không đòi hỏi danh sách chi tiết về những người bị bắt, nhưng nhiều lần lặp lại yêu cầu về một con số chính xác nhằm lượng định tình hình. Rõ ràng, cũng giống như ông Nhu, ông Bộ trưởng Nội vụ không nắm được con số này! Bảng danh sách mà ông hứa trao cho Phái đoàn, cũng giống như rất nhiều hồ sơ, tài liệu chứng cứ khác mà ông nói rằng đã tìm được trong các chùa, đã không bao giờ được gửi đến. Có thể là do ảnh hưởng cuộc đảo chính, nhưng cũng có thể không phải, vì sau đảo chính thì Hội đồng Quân nhân Cách mạng vẫn giữ nguyên hầu hết công việc của các Bộ. Bằng chứng là ông Phạm Đăng Lâm vẫn ra tiễn đoàn với tư cách đại diện Bộ Ngoại giao Việt Nam Cộng Hòa.

4. Phỏng vấn nhân chứng và thu thập thông tin

Phái đoàn đã xác định rằng việc thu thập thông tin qua các nhân chứng tại chỗ là vô cùng quan trọng. Vì thế, căn cứ vào các thông tin cáo buộc đã nhận được, ngay trong ngày đầu tiên đến Sài Gòn, 24-10-1963, Phái đoàn đã thảo luận thống nhất để đưa ra một danh sách các nhân chứng cần phỏng vấn.

Trong danh sách này, phái đoàn đã thực tế gặp và phỏng vấn cả thảy 47 người. Một số nhân chứng đã không đến hoặc không thể đến vì lý do nào đó. Một số khác bị xếp vào đối tượng "đối lập chính trị" và Chính phủ từ chối việc hỗ trợ tìm gặp họ. Các nhân chứng được yêu cầu tự giới thiệu nhân thân của họ và có lời thề sẽ nói sự thật. Tuy nhiên, thông tin ghi nhận được từ các nhân chứng được Phái đoàn cam kết giữ bí mật. Ngay cả trong lời khai, những chi tiết nào xét thấy có thể dẫn đến việc nhận biết lai lịch của nhân chứng đều sẽ bị loại bỏ. Các nội dung cáo buộc sẽ được xem xét, hệ thống và chuyển đến Chính phủ để yêu cầu trả lời hoặc giải thích, nhưng các thông tin về người đưa ra những cáo buộc ấy được giữ kín.

Những điểm chính sau đây được bản Phúc trình ghi nhận trước phần chi tiết lời khai của nhân chứng:

- Phái đoàn đã phỏng vấn một số các vị tăng ni, lãnh đạo Phật giáo tại 3 ngôi chùa ở Sài Gòn, một nhà tù, một bệnh viện và tại khách sạn Majesticc, nơi Phái đoàn lưu trú. Trong nhà tù ở Sài Gòn, Phái đoàn cũng phỏng vấn một lãnh đạo Phật giáo là cư sĩ.[1] Tất cả các nhân chứng này đều nằm trong danh sách những người mà Phái đoàn muốn phỏng vấn.

- Phái đoàn cũng phỏng vấn một số cư sĩ ở cả Sài Gòn và Huế. Trong số này có 5 người nằm trong danh sách của Phái đoàn. Các nhân chứng này có vai trò quan trọng, nhận hiểu vấn đề và có quan hệ rộng với nhiều người khác. Một số nhân chứng trực tiếp chứng kiến các sự kiện và những gì họ kể lại cũng được phân biệt với những cảm xúc hoặc quan điểm riêng.

- Phái đoàn cũng phỏng vấn nhiều sinh viên nam nữ đang còn bị giam giữ ở Trại Lê Văn Duyệt. Theo lời ông Giám đốc thì Trại này vừa được thiết lập vào ngày 1-8-1963, dưới quyền Sở An ninh. Tất cả sinh viên ở đây đều bị bắt trong những cuộc biểu tình sau các sự kiện vào tháng 8. Các sinh viên bị cảnh sát giam giữ trong thời gian khác nhau, sau đó chuyển đến Trại Thanh niên [cải huấn] và bị bắt buộc phải học các khóa học về chính trị. Phái đoàn được cho biết là thời gian bị giữ trong trại thông thường khoảng 2 tuần, sau đó họ được trả về cho gia đình.

- Trình tự phỏng vấn chung là: Trước tiên các nhân chứng được đề nghị trình bày những gì họ muốn nói. Sau đó, Phái đoàn sẽ đặt những câu hỏi và ghi nhận câu trả lời của họ.

Dưới đây chúng tôi chỉ điểm qua những điểm nổi bật nhất trong số các lời khai chi tiết được ghi nhận từ 47 nhân chứng.

Nhân chứng thứ nhất, qua lời khai có vẻ như là một vị tăng giữ cương vị lãnh đạo, đã có mặt tại chùa Xá Lợi trong đêm 20-8-1963 và bị bắt giữ. Ông đã có thể mô tả nhiều chi

---

[1] Có lẽ là cư sĩ Chánh Trí Mai Thọ Truyền.

tiết về vụ tấn công, phá cửa, bố ráp...bắt đầu từ giữa khuya, khoảng 12 giờ 30. Nhân chứng này cũng phủ nhận việc cuộc đấu tranh của Phật giáo bị kích động bởi phía Việt cộng, đồng thời xác định các vụ tự thiêu chỉ nhằm một mục đích duy nhất là thúc đẩy thực hiện các nguyện vọng của Phật giáo. Theo lời vị này, chùa Xá Lợi vào thời điểm đó mỗi ngày Chủ nhật có khoảng 1.000 người đến tu tập; các ngày lễ thông thường có khoảng 30.000 tín đồ và những ngày lễ lớn có đến 100.000 người tham dự. Theo vị này, vào lúc quân đội tấn công chùa có khoảng 400 vị tăng đang ở đó.

Nhân chứng thứ hai là một vị lãnh đạo Phật giáo có tham gia buổi tiếp xúc đầu tiên với Tổng thống Ngô Đình Diệm. Vị này mô tả khá chi tiết về các diễn tiến ở Huế và sau đó lan đến Sài Gòn như thế nào, với tư cách là người trong cuộc. Về hướng giải quyết của ông Diệm sau buổi tiếp xúc, ông khẳng định rằng phía Phật giáo vẫn thấy chưa hợp lý và đó là nguyên nhân dẫn đến cuộc tuyệt thực đấu tranh vào khoảng ngày 7 và 8 tháng 6-1963. Sinh viên đã biểu tình và Chính phủ đàn áp còn dữ dội hơn trước đó. Nhiều người bị thương tật vĩnh viễn, có người bị mù, nhiều người khác bị bỏng toàn thân. Đồng thời, ba ngôi chùa lớn ở Huế bị phong tỏa, cô lập hoàn toàn. Chính quyền còn đưa ra lời đe dọa sẽ cắt điện và nguồn nước.

Vị trưởng đoàn đã nhờ nhân chứng này nhận diện một số tên người. Họ là những người được xem là mất tích sau vụ bố ráp đêm 20-8-1963. Tuy nhiên, sau đó đã có thông tin từ Chính phủ là họ bị bắt giam. Có người được biết đến, nhưng có một số không ai biết là bị giam ở đâu. Đặc biệt, người thứ tư và thứ sáu trong bản danh sách này được xác nhận là các vị tăng đã từng du học nước ngoài, viết và nói tiếng Anh lưu loát. Cả hai vị này đều bị bắt giam, và ngay khi có tin Phái đoàn sắp đến, họ đã bị chuyển đi giam giữ ở một nơi khác nên hiện nay không biết ở đâu. *(When your visit was announced he was sent somewhere else. I do not know where he is now. He speaks and writes English well.)*

Đặc biệt, nhân chứng này mô tả khá chi tiết những biện pháp mà chính quyền các địa phương đã áp dụng trong nhiều năm qua để chèn ép người Phật tử:

- Không có những chính sách phân biệt đối xử hoặc đàn áp Phật giáo ở cấp độ Chính phủ, nhưng họ phớt lờ, dung túng cho những hành vi chèn ép, phân biệt và gây khó khăn cũng như xúc phạm người Phật tử ở các cấp địa phương. Phật giáo đã có nhiều đơn khiếu nại, kiến nghị gửi lên Chính quyền địa phương, Tổng Thống, Quốc Hội, nhưng chưa bao giờ được hồi đáp. Chính nhân chứng này là người đã có một buổi tiếp xúc với Tổng thống Diệm kéo dài hai tiếng rưỡi đồng hồ và đã cảnh báo Tổng Thống nếu không được giải quyết thỏa đáng thì các mâu thuẫn này có thể sẽ mang lại hậu quả nghiêm trọng. Có nhiều sự chèn ép nhỏ nhặt nhưng vô lý mà người Phật tử phải thường xuyên chịu đựng nhiều năm qua. Một viên cảnh sát trưởng là người Thiên Chúa giáo đã phạt vạ một người Phật tử chỉ vì tụng kinh lớn tiếng. Trong một đám rước của Phật giáo, một số người Thiên Chúa giáo ném chất bẩn vào tượng Phật...

- Đối với các Phật tử là viên chức Chính phủ, nếu họ tích cực tham gia những công việc của các tổ chức Phật giáo, họ sẽ phải nhận những báo cáo thành tích xấu, và nếu quá tích cực trong những việc này, họ có thể bị thuyên chuyển đi nơi khác có điều kiện sống tồi tệ hơn. Sẽ có người nào đó đến đề nghị họ bỏ đạo Phật để theo đạo Thiên Chúa, và nếu đồng ý, quyết định thuyên chuyển của họ sẽ được hủy bỏ. Ngược lại, họ sẽ tiếp tục nhận lãnh nhiều bất ổn khác. Những trường hợp như thế xảy ra rất thường xuyên.

- Có nhiều trường hợp các gia đình Phật tử bị ai đó cố tình ném hoặc giấu các tài liệu tuyên truyền của cộng sản vào nhà họ, rồi cảnh sát ập vào, tìm được các tài liệu đó và bắt họ đi. Cùng lúc, sẽ có người đến nhà nói nhỏ với vợ con họ, nếu gia đình chịu theo đạo Thiên Chúa thì người ấy sẽ được tha. Nếu chấp nhận, người ấy sẽ được thả ra, nếu không sẽ bị truy tố. Nhân chứng nói rằng ông ta có thu thập cả một tập tài liệu rất dày về những trường hợp cụ thể như thế. Khi chùa Xá Lợi bị tấn công, hồ sơ này đã biến mất.

- Chính phủ còn áp dụng chiến thuật "dinh điền", nghĩa là đưa người dân đi khai khẩn đất hoang ở những vùng rừng núi xa xôi. Họ được cung cấp lương thực đủ ăn trong 6 tháng đầu tiên để khai phá đất, sau đó sẽ tự làm ăn. Phương thức này rất tốt đối với những người dân nghèo vì giúp họ có được phương tiện làm ăn vươn lên. Tuy nhiên, có nhiều gia đình Phật tử khá giả hoặc giàu có đang sinh sống ổn định vẫn bị bắt ép đưa đi dinh điền. Thường thì đó là những Phật tử thuần thành, tích cực hoạt động cho đạo pháp, và việc đẩy họ đi xa là một cách để làm suy yếu khả năng phát triển của đạo Phật tại địa phương đó. Đối với những người ấy thì đây là một hình thức trục xuất, lưu đày.

- Trong một số trường hợp, chính quyền địa phương cố ý gây các trở ngại, khó khăn cho Phật giáo. Chẳng hạn, khi đến ngày lễ lớn của đạo Phật, họ cùng lúc triệu tập những cuộc hội họp công cộng "rất quan trọng", tất cả người dân không được phép vắng mặt. Và do đó người dân không thể đến dự lễ ở chùa.

Nhân chứng này cũng tiết lộ là mọi người ở chùa Xá Lợi đã có nguồn tin báo trước về vụ tấn công đêm 20-8, nhưng thay vì bỏ chùa trốn đi, chư tăng đã quyết định ở lại. Vì thế, chùa đã lắp đặt một hệ thống báo động. Khi có báo động, họ kiên quyết không mở cửa. Cảnh sát đã phá sập cổng sắt bên ngoài, cửa gỗ bên trong để tràn vào bắt người. Mọi người la hét cầu cứu và cảnh sát đã dùng đến lựu đạn cay cũng như bắn súng chỉ thiên để đe dọa, trấn áp. Sau đó, ngoài việc bắt người cảnh sát còn lấy đi tất cả máy móc thiết bị và nhiều vật dụng khác. Bản thân nhân chứng cũng bị mất một số tiền 15.000 đồng. Nhiều người khác sau đó cho biết họ cũng bị mất tiền. Tổng số được ước đoán có thể lên đến khoảng 500.000 đồng.[1]

Ông Gunewardene cũng hỏi nhân chứng về mối quan hệ giữa chùa Xá Lợi với Cộng sản như cáo buộc của Chính phủ:

Mr. GUNEWARDENE: Has the organization in the Xa-Loi Pagoda anything to do with the Communists?

WITNESS: Absolutely nothing.

Mr. GUNEWARDENE: Was Xa-Loi an arms and ammunition dump?

WITNESS: Not even one bullet.

Ông Gunewardene: Chùa Xá Lợi có bất cứ quan hệ nào với Cộng sản hay không?

Nhân chứng: Tuyệt đối không có.

Ông Gunewardene: Chùa Xá Lợi có phải một kho chứa vũ khí, đạn dược hay không?

Nhân chứng: Một viên đạn cũng không có!

Khi Phái đoàn ngỏ lời cảm ơn đã hợp tác, nhân chứng này bắt đầu bật khóc.

Nhân chứng thứ ba khá đặc biệt vì được phỏng vấn ngay trong nhà tù. Điều này tự nó đã chứng tỏ tuyên bố của Chính

---

[1] Tỷ giá vào thời điểm năm 1963 là vào khoảng 50 đồng / 1 USD.

phủ về việc trả tự do cho tất cả những người bị bắt là không đúng sự thật. Nhân chứng tự nhận là người phát ngôn của Ủy ban Liên phái và hiện đang bị giam giữ trong nhà tù này cùng với khoảng 20 vị khác.

Nhân chứng này nhấn mạnh trong lời khai với Phái đoàn là cuộc đấu tranh của Phật giáo hoàn toàn không có yếu tố chính trị, chỉ đơn thuần đòi hỏi được tự do tu tập, tự do hành đạo, và điều đó hoàn toàn không mâu thuẫn với lợi ích quốc gia. Vị này chỉ rõ Dụ số 10 dành đặc quyền cho Thiên Chúa giáo, trong khi được áp dụng để hạn chế sự phát triển của Phật giáo. Nội dung này trái với điều 8 của Hiến pháp hiện hành. Một thành viên của Phái đoàn là ông Amor đã đặt câu hỏi về sự can thiệp của Việt cộng như cáo buộc của Chính phủ:

Mr. AMOR: We have heard that the Buddhist movement has been incited by the Communists. Is this true?

WITNESS: No, that is not true. I do not know why we are accused of mixing in politics.

Ông Amor: Chúng tôi được nghe rằng phong trào Phật giáo bị kích động bởi những người Cộng sản. Điều này có đúng không?

Nhân chứng: Không, điều đó không đúng. Tôi không biết vì sao chúng tôi lại bị cáo buộc lẫn lộn với chính trị.

Nhân chứng thứ tư là người bị bắt trong cuộc bố ráp ở chùa Từ Đàm, Huế, cùng lúc với chùa Xá Lợi ở Sài Gòn trong đêm 20-8-1963. Vị này cho biết nhiều chùa khác ở Huế cũng bị tấn công trong đêm đó. Vị này kể lại việc cấm treo cờ vào ngày lễ Phật đản vừa qua cùng vụ đàn áp đẫm máu tại Đài Phát thanh Huế như một minh chứng cho sự phân biệt đối xử và đàn áp Phật giáo.

Nhân chứng thứ năm cũng là người bị bắt tại chùa Từ

Đàm. Vị này tiếp tục khẳng định về những hành vi phân biệt đối xử và đàn áp đối với Phật giáo cũng như phủ nhận cáo buộc về sự kích động của Cộng sản đối với phong trào đấu tranh của Phật giáo. Đặc biệt, khi được hỏi về các vụ tự thiêu, cả hai nhân chứng thứ tư và thứ năm đều khẳng định mục đích duy nhất của những vị đã tự thiêu là cầu nguyện cho sự thực thi các nguyện vọng của Phật giáo. Họ có để lại các di thư khẳng định nguyện vọng này.

Nhân chứng thứ sáu bị bắt vào đêm 20-8-1963 khi cảnh sát và quân đội phá sập cổng chùa để xông vào, bắt và đánh đập vị này, sau đó đưa đi một nơi rất xa nhưng ông không biết được là nơi nào vì lúc đó là 2 giờ khuya, trời rất tối. Ông đã bị giam riêng một phòng trong thời gian khoảng 1 tuần. Cả chùa có 10 vị tăng sĩ, tất cả đều bị bắt.

Nhân chứng thứ bảy là một vị tăng bị bắt tại chùa Ấn Quang cũng trong đêm 20-8-1963, khoảng 1 giờ khuya. Cảnh sát vũ trang đã phá cửa phòng xông vào để bắt ông đi, mang về đồn cảnh sát giữ khoảng 2 giờ đồng hồ, rồi chuyển đến một trại cải huấn, nơi ông bị giam đến 67 ngày. Theo lời vị này, chùa Ấn Quang có khoảng 50 vị tăng sĩ và tất cả đều bị bắt đi trong đêm 20-8. Một điều đáng chú ý là nhân chứng này xác nhận ông thường xuyên gặp gỡ, nói chuyện với Hòa thượng Thích Quảng Đức mỗi đêm trước khi ngài tự thiêu. Ông khẳng định tâm nguyện của ngài là tự thiêu để yêu cầu chính phủ thực hiện bình đẳng tôn giáo.

Lời khai của các nhân chứng có nhiều trùng lặp về các dữ kiện đã biết như việc tấn công vào các chùa và bắt giam tăng ni, Phật tử. Riêng nhân chứng thứ mười là một người bị thương trong cuộc tấn công vào chùa Xá Lợi đêm 20-8-1963 và vẫn còn đang phải điều trị lúc được Phái đoàn phỏng vấn. Vị này cho biết chỉ riêng ở chùa Xá Lợi có 3 vị tăng và một sư cô bị thương trong vụ này. Trong khi phỏng vấn nhân chứng,

Phái đoàn trực tiếp nhìn thấy được hai vết thương đang còn băng bó ở gót chân và trên bắp vế. Những thương tích này đã phải điều trị trong bệnh viện suốt hai tháng qua. Khi được hỏi về thương tích của những người khác, nhân chứng trả lời không được biết nhiều, nhưng trong số đó có một người đứt lìa 4 ngón chân và một người khác bị bỏng cả 2 chân. Khi được hỏi về quyền tự do sau khi ra khỏi bệnh viện và được trở về chùa, nhân chứng trả lời: "Khi quý vị đến chùa Ấn Quang, tôi có mặt ở đó với 3 người bị thương khác, nhưng tôi không được phép đến gặp. Tôi không có tự do tín ngưỡng." *(When you visited An-Quang I was there and three others who were also injured but I was not given permission to welcome the Mission. I do not have freedom of worship.)* Phái đoàn đã gạn hỏi: *"Điều gì ngăn cản ông đến gặp chúng tôi lúc ở chùa Ấn Quang?"* *(What prevented you from coming to see us at An-Quang?)* *"Tôi nhìn thấy các vị đi qua cửa, nhưng nhân viên an ninh lập tức đóng cửa lại."* *(I saw you coming through the door but the security people just closed the door.)*

Các nhân chứng thứ 11, 12, 13 và 14 được phỏng vấn cùng lúc tại một ngôi chùa cổ hơn 300 năm tuổi ở Huế. Một trong các nhân chứng đã trao cho Phái đoàn nhiều văn bản khác nhau, trong đó có một lá thư. Ông Amor, một thành viên Phái đoàn, đã đọc lên đoạn sau đây:

"I the undersigned... beg you to shed the light of justice on the situation of the Buddhists in Viet-Nam.

"For five years we, the Buddhists of Viet-Nam, have had to endure a deplorable regime. Our Head of State, President Ngo Dinh Diem, cannot control his subordinates in the provinces, especially in Central Viet-Nam, and hundreds of persons are victims of this inhuman regime.

"Your visit has given us immense joy. We ask you, in

your capacity as United Nations representatives, and humane saviours, to rescue the Buddhists of Viet-Nam from the desperate plight which the bonzesses, bonzes and followers have to endure.

"There is no need for us to dwell on this at length, you already know what is happening in our country... ..."

"Tôi ký tên dưới đây là ... khẩn cầu quý vị mang ánh sáng công lý soi rọi vào tình hình Phật giáo tại Việt Nam.

"Trong 5 năm qua, Phật tử Việt Nam chúng tôi đã phải chịu đựng một chế độ vô cùng tồi tệ. Người đứng đầu Chính phủ, Tổng Thống Ngô Đình Diệm, đã không kiểm soát được cấp dưới của ông ở các tỉnh, đặc biệt là ở miền Trung Việt Nam, và hàng trăm người đã là nạn nhân của chế độ vô nhân đạo này.

"Sự viếng thăm của quý vị đã mang đến cho chúng tôi niềm vui rất lớn. Chúng tôi khẩn cầu quý vị, trong thẩm quyền những người đại diện của Liên Hiệp Quốc, những người bảo vệ nhân quyền, hãy giải cứu người Phật tử Việt Nam ra khỏi hoàn cảnh tuyệt vọng mà tăng ni và tín đồ đang phải chịu đựng.

"Không cần thiết phải dài dòng về vấn đề này, vì quý vị đã biết rõ những gì đang xảy ra trên đất nước chúng tôi... ..."

Các nhân chứng kể lại chi tiết về những sự kiện đã xảy ra ở Huế, đồng thời khẳng định rằng phong trào đấu tranh đòi bình đẳng của Phật giáo hoàn toàn không liên quan đến yếu tố chính trị.

Khi được hỏi về việc treo cờ Thiên Chúa giáo, các nhân chứng xác nhận trước ngày Phật đản một tuần điều này đã xảy ra bình thường ở Huế, nhân một cuộc lễ của Tổng giám mục Ngô Đình Thục. Vào ngày 5 tháng 5, cờ Thiên Chúa giáo cũng được treo tự do ở Đà Nẵng nhân lễ mừng Đức cha Phan Lạc.

Các nhân chứng cho biết họ đã từng khiếu nại lên Chính phủ vào những năm 1960 và 1961 đòi xóa bỏ những hạn chế đối với hoạt động của Phật giáo nhưng không kết quả. Các nhân chứng được hỏi về cuộc biểu tình ngày 3-6-1963 tại Huế. Họ cho biết có hơn 60 người bị thương khi chính quyền đàn áp bằng cách tạt a-xít vào đám đông. Các nhân chứng cũng cho biết họ bị bắt giữ vào khoảng 3 giờ sáng ngày 21-8-1963 khi quân đội nổ súng và phá cổng chùa xông vào (*There were shots in the area and they broke down the door.*). Họ cũng chỉ cho Phái đoàn xem cổng chùa bị phá và các dấu vết đập phá trên tường. Họ cho biết, *"mọi thứ trên bàn thờ bị đập phá và mang đi"* (*Everything on the altar was broken and taken away*).

Các nhân chứng thứ 15, 16 và 17 đều là những vị sư từng bị bắt vào đêm 20-8-1963. Họ bị giam giữ 12 ngày trước khi được thả ra. Những người này cho biết, vụ bắt giữ đã tạo một không khí lo sợ lan rộng. Ngôi chùa có 7 vị sư thường trú, nhưng hiện chỉ còn 3 người, những người khác lẩn tránh quanh đó vì sợ. Khi được phái đoàn yêu cầu, một vị sư đã đi báo với hai vị sư khác nữa nhưng một người trong số họ từ chối không dám đến gặp Phái đoàn. Các nhân chứng cũng cho biết sau khi biết có những vụ bắt bớ, số Phật tử về chùa giảm mạnh. (*After that they found out that there were many arrests and the number diminished.*) Vào mỗi ngày chủ nhật, thông thường có khoảng hơn 100 Phật tử về chùa, nhưng bây giờ chỉ còn chưa đến 20 người.

Phúc trình cũng ghi lại nội dung buổi phỏng vấn tại Trại Lê Văn Duyệt, hay "trung tâm cải huấn", là nơi giam giữ và "cải huấn" hàng ngàn sinh viên học sinh tham gia biểu tình bị bắt. Thông qua nội dung này, chúng ta hiểu được phần nào cơ chế hoạt động của hệ thống "cải huấn" thuộc Chính phủ Ngô Đình Diệm. Khi được hỏi về mục đích của trại, viên Giám đốc trả lời: "Trung tâm của chúng tôi được lập ra để rèn luyện thanh thiếu niên, dạy cho họ biết mối nguy hiểm của chủ nghĩa cộng sản và nền tảng của Chính phủ VNCH. Mục đích trước tiên là như thế, cũng như chỉ ra những âm mưu lật đổ Chính phủ, để thanh thiếu niên ý thức được những nguy hiểm trong việc họ đang làm. Mục đích thứ hai là chỉ ra những nỗ lực của Chính phủ VNCH để mang lại đời sống tốt đẹp cho nhân dân. Mục tiêu chính của chúng tôi là dạy cho tuổi trẻ hiểu biết về tổ quốc của họ, biết phụng sự tổ quốc và đặt quyền lợi tổ quốc lên trên tất cả."

Vị trưởng đoàn đi thẳng vào vấn đề: "Vậy những thanh thiếu niên vào đây học tập là tự nguyện hay bị bắt buộc?" Viên Giám đốc đáp lại: "Thật ra, tất cả học viên ở đây đều là những người bị bắt và đưa đến đây nhằm mục đích cải huấn. Họ được đưa vào đây để học tập và trở thành những công dân tốt."

Có khoảng 65 người bị giam trong trại vào lúc đó, tuổi từ 17 đến 25. Thời gian để "cải huấn" là khoảng 15 ngày, nhưng sau khi bị bắt các sinh viên bị giam giữ ở những nơi khác, rồi khi vào đây họ tiếp tục bị giam cho đến khi lớp "cải huấn" được mở ra với số lượng nhất định. Vì thế, thời gian giam giữ của mỗi sinh viên đều khác nhau và không xác định được. Chỉ khi nào "cải huấn" thành công, trở thành người tốt theo ý Chính phủ, sinh viên mới được trả về cho gia đình của họ. Phái đoàn cũng đặt những câu hỏi về ban giảng huấn, về phương pháp giáo dục... và do đó được biết tất cả thầy giáo ở đây đều "tự học", không qua bất kỳ một lớp đào tạo chuyên nghiệp nào. Họ tự thảo luận với nhau để soạn ra chương trình và phương pháp "cải huấn" trong 15 ngày đối với tất cả sinh viên học sinh bị bắt giữ. Thành phần các sinh viên cũng được xác định tất cả đều là Phật tử, không có Thiên chúa giáo (*We have no Catholic students here; all of them are Buddhists.)*

Từ thực tế này, ông Amor, thành viên Phái đoàn, đã hỏi thẳng: "Xin ông cho chúng tôi biết tại sao các sinh viên trẻ này bị bắt vì lý do hoạt động tôn giáo mà khi đưa vào đây các ông lại cố gắng cải huấn họ theo một chương trình chính trị?" *(Can you tell us why the young students arrested for a religious affair are brought to a camp where it is attempted to reform them on a political plane?)*

Giám đốc trả lời: "Những người bị bắt không nhất thiết chỉ là hoạt động tôn giáo. Nhiều người có mục tiêu chính trị, một số đối nghịch với Chính phủ."

Vị Trưởng đoàn chất vấn: "Nếu là vì lý do chính trị, lẽ ra phải có cả những tôn giáo khác, vì sao tất cả đều là Phật tử?"

Trước những chất vấn của Phái đoàn, cuối cùng vị Giám đốc vẫn nêu ra quan điểm như Chính phủ đã nhiều lần tuyên bố, đó là những người Phật tử bị cộng sản kích động, xúi giục gây bạo loạn và biểu tình. *(the Communists were exploiting the situation and inciting Buddhist students to riot and demonstrate.)*

Sau đó Phái đoàn đã tiếp xúc và phỏng vấn một nhóm khoảng 20 sinh viên. Về lý do bị bắt, họ trả lời: "Chúng tôi là Phật tử, chúng tôi bày tỏ sự ủng hộ các nguyện vọng của Phật giáo và bị bắt."

Vị Trưởng đoàn hỏi: "Chính phủ đã chèn ép Phật giáo như thế nào?"

Một sinh viên trả lời: "Chẳng hạn như ở Sài Gòn này, khi người Phật tử đến chùa để tụng kinh cầu nguyện, họ bị xô đẩy và đánh đập bởi cảnh sát. Vì thế, những người ủng hộ Phật giáo đã xuống đường phản đối và đòi bồi thường." *(For example, in Saigon itself, when people went to prayers in Buddhist temples, some were pushed about and beaten by the police - so people who support the Buddhist cause rose up against that and asked for redress)*

Một sinh viên khác: "Khi tôi đi chùa cầu nguyện, cùng với nhiều người Phật tử khác, chúng tôi có thể bị bắt giữ sau đó... Khi có biến cố xảy ra ở Huế sau khi chính phủ từ chối không phát sóng chương trình của Phật giáo, Phật tử đã đứng lên chống lại quyết định đó, và rồi quân đội đã mang xe tăng cùng các vũ khí khác đến, viện cớ rằng sự kiện này do Việt cộng kích động." *(When I go to the temple for prayers, I mix with the Buddhists and the consequence may be that I would later be arrested, etc. Then there is the incident in Hue following the refusal to broadcast the statement on the radio. After that, the Buddhists rose against that decision and the Army brought out tanks and other weapons under the pretext that the agitation was of Viet-Cong origin.)*

Vị Trưởng đoàn hỏi lại: "Từ khi đến đây, chúng tôi có viếng thăm nhiều chùa chiền và thấy người Phật tử tụng kinh cầu nguyện ở đó. Phải chăng tình hình hiện giờ đã thay đổi?"

Đáp: "Chỉ là vẻ ngoài thế thôi, nhưng tôi không tin là vấn đề đã được giải quyết." *(On the outside it looks as though the situation is settled, but I do not believe it is settled yet.)*

- "Tại sao?"

- "Vì trong hàng ngũ sinh viên chúng tôi vẫn còn nghe được nhiều bàn luận, và từ những bàn luận đó, có vẻ như vấn đề rồi sẽ lại nổi lên." *(It is not over yet because in the ranks of the students there is talk and from the talk it looks as though the question will flare up again.)*

Một sinh viên khác kể ra trường hợp cụ thể hơn: "Một ví dụ khác nữa là ở Hội An thuộc tỉnh Quảng Nam, người ta xin phép tổ chức tang lễ một vị sư đã tự thiêu. Chính quyền đã cho phép, nhưng rồi khi tang lễ đang diễn ra thì cảnh sát kéo đến với dùi cui và đánh đập người tham dự. Vào ngày đó có

30 người bị thương." *(Another example is in the city of Hoi An, province of Quang Nam. There was a request for holding a funeral for the monk who burned himself. Permission was granted and the funeral proceeded, but during the procession the police came with sticks and beat the people and on that day thirty people were injured.)*

Nhiều sinh viên cũng như những nhân chứng tiếp theo đều lặp lại các nội dung cáo buộc. Nhân chứng số 27 nói rõ ràng nhất về các mục đích khi anh ta tham gia biểu tình: "Thứ nhất, tôi muốn có sự bình đẳng giữa Phật giáo và Thiên Chúa giáo trong các hệ thống hành chánh, quân đội v.v... Thứ hai, tôi muốn được tự do hơn trong việc thực hành theo tôn giáo của tôi. Thứ ba, tôi muốn tất cả những vụ bắt bớ, sách nhiễu khác phải chấm dứt. Những biện pháp đàn áp phải được bãi bỏ." *(1. I want equality between Catholics and Buddhists in the Administration, the Army, etc.; 2. I would like greater freedom for the practice of my religion; 3. I want all these arrests and other things to cease. Suppressive measures should be removed.)*

Trong các cuộc phỏng vấn, một số sinh viên cũng cho biết việc họ bị đánh đập sau khi bị bắt. Một số khác chỉ bị giam giữ rồi thả ra. Đặc biệt, nhân chứng thứ 33 cho biết anh đã bị đánh bằng roi điện, không để lại dấu vết thương tích gì. *(Were you beaten? / Yes. / By whom and where? / By the security forces. / Do you have any marks? / No, they use electricity.)*

Nhân chứng thứ 45 sau khi cung cấp nhiều thông tin liên quan đến thực trạng đã và đang diễn ra tại Việt Nam, đã đưa ra một nhận định rất đáng chú ý, sau khi nhắc lại là những điều này phải được tuyệt đối giữ bí mật:

WITNESS: If my statements are to be kept strictly confidential, I would add something. This is a political problem. For the last few years the political situation in

Viet-Nam has been very difficult. There is Communist subversion and the Government uses this as a pretext to throttle the legitimate demands of the population and that has created discontent not only among the Buddhists but also among the Catholics. And now this is an opportunity for it to explode. The conflict is not essentially religious; it is not essentially Buddhist. Consequently, Buddhim is not the cause of the conflict but the effect of those politics.

Mr. CORREA DA COSTA: You mean that, because of the general discontent, the moment the Buddhist situation appeared at a strictly religious level, everybody used it as a pretext to go against the Government, including the Catholics and other religions.

WITNESS : That is right.

Nhân chứng: Nếu những lời của tôi được tuyệt đối giữ kín, tôi muốn nói thêm điều này. Đây là một vấn đề chính trị. Trong những năm vừa qua, tình hình chính trị ở Việt Nam rất khó khăn. Có sự xen vào phá hoại của Cộng sản và Chính phủ sử dụng việc này như một cái cớ để chèn ép những đòi hỏi chính đáng của người dân. Điều này đã tạo ra sự bất mãn không chỉ riêng với những người Phật tử mà cả với những người Thiên Chúa giáo. Và đây là cơ hội để sự bất mãn đó bùng phát. [Do đó,] về bản chất thì sự mâu thuẫn không phải là vấn đề tôn giáo, không phải là vấn đề Phật giáo. Phật giáo không phải là nguyên nhân gây ra mâu thuẫn, mà [phong trào Phật giáo] chỉ là hệ quả của những vấn đề chính trị [nói trên].

Mr. Correa Da Costa: Có phải ý ông muốn nói rằng, vì có sự bất mãn rộng khắp, nên khi cuộc đấu tranh của Phật giáo nổi lên trên bình diện thuần túy tôn giáo thì mọi người dân đã xem đó như một cái cớ để vùng dậy chống đối Chính phủ, bao gồm cả tín đồ Thiên Chúa giáo và những tôn giáo khác?

Nhân chứng: Đúng là như vậy.

Nhận định trên đã cho ta một phác thảo về bức tranh chính trị toàn cảnh vào thời điểm đó, dưới sự điều hành của Chính quyền Ngô Đình Diệm, và nó giải thích hợp lý những biểu hiện vui mừng rõ rệt của đa số người dân Sài Gòn ngay sau khi cuộc đảo chánh thành công, như lời của Đại sứ Mỹ Cabot Lodge mô tả trong Điện văn gửi về Washing ton ngày 2-11-1963: "Người ta bảo tôi rằng sự vui mừng hân hoan trên đường phố còn vượt hơn cả niềm vui ngày Tết." (*I'm told that the jubilation in the streets exceeds that which comes every new year.*)

Phái đoàn cũng đến viếng Bệnh viện Duy Tân, nơi đã và đang điều trị các nạn nhân của cuộc tấn công vào chùa Xá Lợi đêm 20-8-1963. Tại đây, Phái đoàn đã phỏng vấn bác sĩ điều trị và ông Phó Giám đốc Bệnh viện. Phái đoàn xác nhận được sự thật là có 5 vị sư và 4 ni cô bị thương được đưa vào điều trị trong đêm 20-8-1963. Các nạn nhân đã được đưa vào bệnh viện bằng xe cứu thương của cảnh sát. Thương tích nhẹ nhất được điều trị trong 3 ngày và trường hợp nghiêm trọng nhất phải điều trị trong 60 ngày. Vị sư bị thương nặng nhất đã được xuất viện, nhưng vừa phải trở lại bệnh viện do không được khỏe và do đó có mặt trong bệnh viện lúc Phái đoàn đến.

Nhân chứng thứ 41 đặc biệt chuẩn bị một văn bản dài 15 trang, được ngụy trang bằng cách kẹp vào giấy bìa của một quyển tạp chí. Theo lời nhân chứng, anh ta đã cố chuyển văn bản này ra nước ngoài nhưng không thể được, vì hành lý sinh viên bị lục soát rất kỹ. Theo nhận định của Phái đoàn thì văn bản này *"đưa ra chứng cứ về rất nhiều vấn đề"*. (*gave testimony on various questions*). Vì thế, Phái đoàn đã quyết định tóm tắt hoặc trích nguyên văn nhiều phần của văn bản này đưa vào thành Phụ lục số 16 của bản Phúc trình.

Để chứng minh sự phân biệt tôn giáo từ cấp cao nhất của Chính phủ, thay vì chỉ ở các địa phương như nhiều cáo buộc khác, văn bản này nêu ra:

> "Theo Điều 1 của Dụ số 10, tất cả các tổ chức tôn giáo đều được xem như các hội đoàn, nhưng [Điều 44 của Dụ này] đặt Thiên chúa giáo ra thành ngoại lệ.

> "Theo Điều 7 của Dụ này,[1] Chính phủ có quyền đình chỉ hoạt động của các "hội đoàn" vì lý do an ninh. (the Government has the right to suspend the activities of such associations for security reasons)

> "Theo Điều 10 của Dụ này thì các tôn giáo, ngoại trừ Thiên Chúa giáo, là đối tượng chịu sự kiểm soát nghiêm ngặt của bất kỳ cơ quan Chính phủ nào.

> "Theo Điều 14 và Điều 28 của Dụ này thì các tôn giáo, ngoại trừ Thiên Chúa giáo, chỉ được nhận tiền đóng góp từ tín đồ theo quy định thích hợp, và chỉ được thiết lập các cơ sở vật chất khi hết sức cần thiết.

> "Hơn thế nữa, theo Sắc lệnh số 116/TTO/TTKI từ Văn phòng Tổng Thống ngày 23-9-1960 thì những bất động sản của các "hội đoàn" (bao gồm Phật giáo) dù nhỏ nhặt đến đâu cũng phải được sự cho phép của Tổng Thống, nếu không thì tổ chức sở hữu vẫn phải trả thuế giống như các chủ sở hữu cá nhân khác.

> "Theo các điều khoản như thế, chúng tôi thấy rõ rằng có sự bất bình đẳng tôn giáo trong chế độ dân chủ này và thực tế đã đi ngược lại với mục đích theo đuổi của

---

[1] Bản Phúc trình in nhầm số 7 thành số 1. Trong Điều 1 không có nội dung này mà là Điều 7: Quyền hoạt động [của hội đoàn] có thể bị thu hồi... ... vì các lý do an ninh. (An authorization which has been granted may be revoked... ...for security reasons.)

Chính phủ trong chính sách Ấp Chiến Lược, được cho là nỗ lực xóa bỏ sự bất hòa.

"Dụ số 10 ban hành năm 1950 dưới chế độ quân chủ. Từ khi chế độ ấy bị lật đổ vào năm 1954, chúng tôi đã đặt vấn đề tại sao Dụ số 10, vốn không phù hợp với Hiến pháp Cộng hòa, lại vẫn tiếp tục được duy trì? Chúng tôi yêu cầu Chính phủ phải hủy bỏ Dụ số 10 và thay thế bằng đạo luật khác.

"Ở Việt Nam, đặc biệt là các vùng quê, các viên chức Chính phủ hành xử sai trái hoặc theo cách phân biệt tôn giáo. Chúng tôi đã đệ trình việc này lên Tổng Thống và Quốc hội, nhưng thật đáng tiếc, chúng tôi không hề nhận được câu trả lời. Chúng tôi đã yêu cầu Tổng Thống chấm dứt ngay những hành vi sai trái này và cho thành lập một ủy ban điều tra để thẩm sát lại một cách chuyên trách, khách quan và đáng tin cậy đối với những hồ sơ khiếu nại của người Phật tử, để bảo đảm sự an toàn cho các vị lãnh đạo Phật giáo, tăng sĩ cũng như cư sĩ, và cho phép người Phật tử trong hàng ngũ quân nhân cũng như các viên chức dân sự được thực hành theo tôn giáo của họ.

"Thêm nữa, ông Paul Hiếu, Bộ trưởng Công Dân Vụ đã có lần nói trong một hội nghị các quan chức rằng: Phật giáo là kẻ thù công khai số một."

Ngoài những cáo buộc như trên, văn bản của nhân chứng này còn đặc biệt đề cập đến những ngược đãi đối với Phật giáo từ trước năm 1963, đã được Thượng tọa Thích Trí Quang nhắc lại trong buổi họp ngày 18-5-1963 với nhiều quan chức cấp cao của Chính phủ. Theo đó, tại các vùng phát triển nông nghiệp ở Tây Nguyên và miền Trung, nhiều Phật tử đã bị bắt bớ, đàn áp. Các vụ việc này đã được ghi nhận thành hồ sơ khiếu nại gửi lên Chính phủ và Quốc hội, nhưng không rõ vì sao người Phật tử không hề nhận được sự phản hồi. Chi tiết này cho thấy sự kiện ngày 8-5-1963 hoàn toàn không phải là điểm khởi đầu, mà trong thực tế chỉ là "giọt nước tràn ly" làm bùng vỡ những bất mãn từ rất lâu của người Phật tử đối với Chính phủ Ngô Đình Diệm.

Một chi tiết đặc biệt khác được thấy trong văn bản của nhân chứng này là đoạn trích nguyên văn một bài bình luận được đăng trên tạp chí Anh ngữ Newsweek ngày 27-5-1963, được cho là đã bị cảnh sát lùng sục để tịch thu. Nguyên văn Anh ngữ (kèm bản dịch) như sau:

"The Buddhists (estimated at some ten million) have long been resentful of the mandarins of Hue and their ruling Catholic oligarchy; the Buddhists particularly resent a host of restrictions imposed on their religious freedom by President Diem.

"Most of Ngo Dinh Diem's high Government officials, chiefs of provinces and military officers are Catholics, and most young army officers are convinced that they must be at least nominal Catholics if they wish to rise above the rank of captain. Diem apparently believes (and with some reason) that Catholics are more loyal to him personally and also more genuinely dedicated in their anti-communism. Catholicism, therefore, seems to have become a kind of status symbol, as well as a prerequisite for advancement...

"The Buddhists say that most Government supplies pass through Catholic hands and are distributed chiefly to Catholics. One American adviser has reported that Catholic battalion commanders in South Viet-Nam's army get better equipment and heavier weapons than the non-Catholics. In the countryside, there are a number of villages where Christian priests are in control and maintain their own private armies. In the northern

coastal region around Hud, small units of these troops, known as 'The Bishop's Boys', are directly responsible to the Archbishop, and their primary mission is to protect churches and priests. They are armed with United States weapons and trained at least in part by United States advisers.

"Vast supplies of United States food relief (wheat, flour, rice, cooking oils) are distributed in South Viet-Nam through Catholic Relief Services to Catholic priests in the provinces. Some Viet-Namese are convinced that many of these supplies never reach the intended beneficiaries but find their way into the black market instead."

"Những người Phật tử (ước tính khoảng 10 triệu) từ lâu đã phẫn uất đối với các quan chức ở Huế và nhóm thiểu số Thiên Chúa giáo nắm quyền hành. Người Phật tử đặc biệt tức giận trước một loạt những hạn chế do Tổng thống Diệm áp đặt lên quyền tự do tôn giáo của họ.

"Hầu hết các quan chức cao cấp của Chính phủ Ngô Đình Diệm, các vị Tỉnh trưởng và sĩ quan quân đội đều là tín đồ Thiên Chúa giáo, và hầu hết các sĩ quan trẻ trong quân đội đều tin rằng ít nhất họ phải trở thành một tín đồ Thiên Chúa giáo trên danh nghĩa nếu muốn ngoi lên cao hơn quân hàm đại úy. Ông Diệm có vẻ tin chắc rằng (vì lý do nào đó) những tín đồ Thiên Chúa giáo trung thành với cá nhân ông hơn và cũng tận tụy hơn trong cuộc chiến chống Cộng. Vì lý do đó, Thiên Chúa giáo đã trở thành biểu tượng cũng như điều kiện tiên quyết cho sự thăng tiến...

Những người Phật tử nói rằng hầu hết nguồn cung cấp từ Chính phủ đều thông qua bàn tay Thiên Chúa giáo và được phân phối chủ yếu đến những tín đồ Thiên Chúa giáo. Một viên Cố vấn Mỹ đã báo cáo rằng, trong quân đội Nam Việt Nam, các chỉ huy tiểu đoàn là tín đồ Thiên

Chúa giáo nhận được trang thiết bị và vũ khí tốt hơn so với những người không phải tín đồ Thiên Chúa giáo. Ở miền quê có những ngôi làng do các cha xứ kiểm soát và duy trì quân đội riêng của họ. Quân đội này trực tiếp chịu trách nhiệm trước cha xứ và nhiệm vụ chính là bảo vệ nhà thờ và cha xứ. Họ được vũ trang bằng vũ khí của Hoa Kỳ và được huấn luyện ít nhất là một phần bởi các cố vấn Mỹ.

Nguồn cung cấp thực phẩm cứu trợ khổng lồ của Hoa Kỳ (gồm lúa mì, bột mì, gạo, dầu ăn...) được phân phối ở miền Nam thông qua các Cơ quan Cứu trợ Thiên Chúa giáo đến cha xứ ở các tỉnh. Một số người Việt Nam tin rằng rất nhiều trong số nguồn thực phẩm này không bao giờ đến tay người nhận như dự tính. Thay vì vậy chúng được đưa ra bán ở thị trường chợ đen.”

Nhân chứng này cũng trích nguyên văn một văn bản quan trọng khác là Thông Cáo của Đại diện Chính phủ mới tại Trung phần được công bố vào ngày 2-6-1963, trong đó có 5 điểm nghiêm cấm cho thấy rõ không khí kiểm soát hết sức căng thẳng vào thời điểm đó:

1. *Mọi hình thức hội họp đều bị nghiêm cấm.*

2. *Việc sử dụng hệ thống loa phóng thanh phải xin phép trước từ Thị trưởng.*

3. *Việc xin phép hội họp phải được chấp thuận trước từ Thị trưởng.*

4. *Tất cả các tài liệu, khẩu hiệu, bích chương hoặc diễn văn đều phải được kiểm duyệt trước khi đưa ra trước công chúng.*

5. *Việc tàng trữ hay lưu hành bất kỳ ấn phẩm, truyền đơn hay tài liệu nào đều là bất hợp pháp.*

Phản ứng theo sau bản Thông Cáo đầy áp chế này là cuộc

biểu tình ở Huế ngay hôm sau đó, 3-6-1963. Hàng trăm sinh viên học sinh đã tham gia biểu tình ôn hòa đòi hỏi Chính phủ đáp ứng các nguyện vọng chính đáng của Phật giáo. Chính quyền giải tán bằng vòi rồng phun nước nhưng thất bại vì người biểu tình ngồi yên tại chỗ để cầu nguyện. Họ liền thay thế các vòi nước bằng a-xít với nồng độ mạnh. 54 người bị thương tổn nghiêm trọng, những người còn lại phải bỏ chạy tan hàng. Ngay hôm đó, Thượng tọa Thích Tâm Châu, Chủ tịch Ủy ban Liên phái Bảo vệ Phật giáo đã gửi một lá thư lên Tổng Thống Ngô Đình Diệm, trong đó nêu rõ 10 hành vi đàn áp của Chính phủ đang diễn ra. Những điểm này cũng được nhân chứng trích dẫn nguyên văn trong cáo buộc gửi Phái đoàn Điều tra Liên Hiệp Quốc:

1. Nhiều tổ chức, hội đoàn Phật giáo đã bị ép buộc phải ký vào những bản kiến nghị lên án phong trào đấu tranh của Phật giáo với những từ ngữ hung hăng, thô bạo.

2. Việc đi lại của tăng ni giữa các vùng trong nước với thủ đô bị cản trở trên nhiều tuyến đường để ngăn chặn không cho họ về điều trị ở các bệnh viện thuộc Sài Gòn.

3. Hành lý mang theo của các vị tăng ni từ Sài Gòn trở về các tỉnh sau khi tham gia tuyệt thực đã bị lục soát và tất cả những ai mang theo các tài liệu của Phật giáo đều bị bắt giam.

4. Nhân viên an ninh được bố trí khắp các nhà hàng, quán nước và trên đường phố để dò xét và bắt giữ bất cứ ai đề cập đến vấn đề Phật giáo.

5. Cảnh sát dã chiến, nhân viên an ninh, chiến sĩ thanh niên cộng hòa, quân cảnh và quân nhân trang bị súng trường, máy truyền tin đóng chốt quanh các ngôi chùa để khám xét chư tăng và đe dọa khủng bố những Phật tử muốn đến chùa.

6. Tất cả quân nhân là Phật tử không được ra khỏi phạm

vi doanh trại.

7. Những ai tham gia tích cực vào cuộc vận động đấu tranh của Phật giáo đều bị truy tố và bắt giam.

8. Các tài liệu của Việt cộng được lén lút đưa vào trong xe của Phật tử hoặc vào trong các chùa để tạo chứng cứ giả nhằm bỏ tù tăng ni, Phật tử.

9. Những cuộc biểu tình chống Phật giáo được tổ chức với nhiều nhân viên an ninh giả dạng chư tăng và Phật tử.

10. Thành viên của các ủy ban Phật giáo bị ép buộc phải ký tên vào những kiến nghị này khác...

Một nội dung quan trọng khác được trích dẫn trong văn bản của nhân chứng này là bản Chương trình hành động của Ủy ban Sinh viên Ủng hộ Phật giáo, được phân phát rộng rãi trong giới sinh viên học sinh. Nhân chứng nhận được văn bản này vào ngày 16-9-1963. Theo nội dung trong bản Chương trình hành động này thì phong trào đấu tranh của sinh viên học sinh được phác thảo qua 5 giai đoạn:

- **Giai đoạn 1:** Sinh viên, học sinh viết thỉnh nguyện thư gửi đến Nguyên thủ quốc gia, Tổng thư ký và các vị tướng lãnh, nêu rõ 5 nguyện vọng [của Phật giáo].

- **Giai đoạn 2:** Sinh viên, học sinh bắt đầu đấu tranh bằng cách tuyệt thực trong phạm vi sân trường, thời gian 12, 24 hoặc 48 giờ, tùy theo tình hình.

   a. Trong thời gian tuyệt thực 12 giờ, các khẩu hiệu tranh đấu sẽ được viết trên giấy và dán lên tường hoặc bất cứ nơi nào dễ được nhìn thấy.

   b. Trong thời gian tuyệt thực 48 giờ và sau đó, ngoài các khẩu hiệu đã có, những câu sau đây sẽ được dùng như khẩu hiệu:

   1. Ai đã tấn công vào các chùa và bắt giam tăng ni, Phật tử?

2. Ai đã giết chết những sinh viên đầy lòng yêu nước?

3. Có phải Chính phủ đang bảo vệ tự do báo chí bằng cách tống giam các phóng viên báo Tự Do và phóng viên nước ngoài?

4. Phụ nữ Việt Nam tự hào có được những người như Mai Tuyết An, Lê Thị Hạnh, và vô cùng xấu hổ khi đứng chung hàng ngũ với bà Ngô Đình Nhu.

5. Quân nhân không thể bị lạm dụng để bảo vệ ngai vàng chế độ.

Những khẩu hiệu nêu trên sẽ được sinh viên dán lên bất cứ nơi nào.

Cảnh báo:

- Trong suốt thời gian đấu tranh tuyệt thực, cổng trường phải được đóng chặt và có người canh giữ.

- Nếu bị người của Chính phủ tấn công, hãy giữ bình tĩnh. Dùng khăn vải tự trói tay mình và lặng lẽ lên xe cho họ bắt.

- Khi bị đưa vào trại tập trung, hãy tiếp tục cuộc đấu tranh. Chỉ chấp nhận về nhà khi tất cả mọi người khác đều được thả ra.

- Nếu trường học bị đóng cửa, hãy biến các thư viện, rạp chiếu bóng, nhà hàng... thành nơi tranh đấu.

- Giai đoạn 3: Tất cả sinh viên, học sinh đồng loạt rủ nhau đi vào các nhà tù của Chính phủ.

- Giai đoạn 4: Tất cả sinh viên, học sinh đều có quyền tự do chọn lựa các hình thức [đấu tranh như] mổ bụng, tự thiêu hay tuyệt thực.

- Giai đoạn 5: Là giai đoạn cuối cùng và khẩn cấp. Phát động tổng đình công và lật đổ chính quyền.

Phần cuối cùng trong văn bản của nhân chứng này là một câu chuyện sinh động cung cấp cho chúng ta bức tranh cụ thể về phương thức hành xử của Chính quyền nhằm phản ứng lại cuộc đấu tranh của sinh viên học sinh nổ ra sau vụ tổng tấn công các chùa vào đêm 20-8-1963. Đây là câu chuyện xảy ra với chính bản thân nhân chứng khi anh ta bị bắt giữ:

"Vào sáng thứ Bảy ngày 24 tháng 8 năm 1963, sinh viên tụ tập ở khoa Luật để gặp ông Vũ Văn Mẫu, người có bằng Thạc sĩ Luật học tại Pháp, Bộ trưởng Ngoại giao và là Giáo sư Khoa Luật tại Đại học [Sài Gòn]. Ông đã đưa đơn từ chức Bộ trưởng lên Tổng thống Ngô Đình Diệm.

"Khi ông Mẫu vừa rời khỏi xe lúc 9 giờ sáng, các sinh viên reo hò chào đón. Trong sân trường trước Khoa Luật, sinh viên ngồi bệt ngay trên mặt đất để lắng nghe ông nói chuyện, nhưng vì quá đông người nên phải dùng đến loa phóng thanh. Một số sinh viên đi vào giảng đường lớn nhất, trong khi số còn lại ngồi yên trong sân. Sau khi nghe ông Vũ Văn Mẫu và vị Khoa trưởng Khoa Luật cho một số lời khuyên, [đại diện] sinh viên đã đưa ra một bản Tuyên bố. Bản Tuyên bố được tất cả sinh viên tán thành và vỗ tay vang dội, một số người quá phấn khích đã cởi giày ra và đập mạnh lên mặt bàn, làm hư hỏng một số.

"Trong khi mọi việc đang diễn ra như thế thì quân đội tràn vào Khoa Luật. Ông Vũ Văn Mẫu đã yêu cầu họ rút lui, các sinh viên nhờ đó có thể rút êm mà không gặp sự cố.

"Khi ấy, tôi cùng 200 sinh viên khác đi đến chỗ Phân khoa Khoa học để vận động sinh viên ở đó không tham dự kỳ thi tuyển vào Phân khoa Dược. Các thí sinh đã hưởng ứng, xé bỏ và đốt giấy làm bài thi. Thế rồi xảy ra xô xát giữa sinh viên với cảnh sát. Cảnh sát lúc đó đã bắt giữ ba phóng viên người Mỹ.

"Trên đường quay trở lại, khi còn cách Khoa Luật khoảng 100 mét, tôi nghe có tiếng la lớn: 'Nó kìa, nó kia kìa! Bắt lấy nó!' Tôi vừa quay lại thì bất ngờ bị đấm mạnh hai lần

vào đôi mắt rồi bị xô té nhào, đập mặt xuống sàn một chiếc xe jeep. Một quân nhân ra lệnh: "Đưa khăn tay cho tao." Tôi làm theo. Ông ta dùng khăn bịt mắt tôi lại, rồi dùng dao găm kề sát cổ tôi đe dọa: 'Mày mà la lên tao sẽ giết ngay.'

"Chỉ trong chốc lát đã có ba người khác bị đẩy lên xe và cũng bị đối xử hệt như với tôi. Chúng tôi bị bịt mắt nằm trên sàn xe đưa đi. Khoảng một tiếng rưỡi sau thì xe dừng lại. Có tiếng quát: "Bước ra và đi theo tao.' Chúng tôi vâng lệnh bước ra, nhưng mỗi đứa bị dẫn đi theo một hướng khác nhau. Một người kề dao găm sát bên sườn tôi, đe dọa: "Bọn tao là Tình báo quân đội, mày không được nói dối. Mày có phải thành viên trong Ủy ban Liên khoa không?' 'Không, không... cũng giống như các sinh viên khác, tôi chỉ đi đến Phân khoa Khoa học thôi.' 'Thẻ căn cước của mày đâu?' "Trong túi sau của tôi.' Ông ta sờ soạng trong túi tôi một lát rồi nói: 'Tốt lắm... mày có cần đến tờ một trăm đồng trong ví không?' 'Không, không... thưa ông.' 'Vậy thì tốt, ở yên đây nhé. Mày mà chạy là tao bắn bỏ.'

"Một lát sau, chiếc xe jeep vọt đi. Tôi giật cái khăn bịt mắt ra. Tôi đang ở trong một đồn điền cao su. Tôi cố hết sức la lớn: 'Xin chào, có ai ở đây không?' Có tiếng trả lời: 'Chúng tôi ở đây.' Tôi chạy về phía đó và hết sức vui mừng khi gặp được hai sinh viên khác. Không nói được lời nào, chúng tôi ôm chầm lấy nhau mừng rỡ. Hai người bạn tôi áo rách bươm và vấy máu. "Sao các bạn đến nỗi này?' Một người giải thích: 'Họ xé áo tôi, rồi dùng dao găm rạch trên ngực tôi. Xem này.' Vừa nói anh ta vừa mở nút áo vạch ngực ra cho tôi xem, máu tươi vẫn còn rỉ chảy từ các vết cắt trên ngực anh. Tôi hỏi hai người: 'Còn một bạn nữa đâu rồi?' 'Chúng tôi không biết.' Người bị thương nói: 'Bây giờ tôi phải băng bó vết thương, rồi *chúng ta sẽ đi tìm bạn ấy.'*

"Tôi đã học được cách sơ cứu khi tham gia hướng đạo sinh. Tôi liền cởi áo thun, xé ra và tìm ít lá cây có tác dụng cầm máu rồi băng bó vết thương cho bạn. Xong, chúng tôi cùng nhau đi tìm anh bạn còn lại nhưng vô ích, không thấy chút dấu vết nào của anh ấy. Mặt trời bắt đầu lặn dần xuống khuất sau những cây cao su. Một người bạn tôi nói: 'Có lẽ anh ấy bị bọn lính bắt đi theo. Bây giờ chúng ta phải rời khỏi rừng cao su này thôi.'

"Chúng tôi đi bộ về hướng tây dọc theo đường lô cao su, sau hơn một giờ đồng hồ thì gặp quốc lộ 15. Chúng tôi đang ở cách Sài Gòn 50 ki-lô-mét, trên con đường Sài Gòn-Vũng Tàu. Lát sau, chúng tôi đón được một chiếc xe khách và lên xe. Khi về đến Sài Gòn, chúng tôi chẳng còn đồng nào để trả tiền xe, vì bọn Tình báo quân đội đã cướp sạch tiền của chúng tôi. Thấy tình cảnh chúng tôi như thế, người chủ xe cũng thôi không hỏi tiền.

"Khi tôi về đến nhà thì đã 7 giờ tối, mới phát hiện ra là [mấy cú đấm đã làm] cả vùng da quanh mắt tôi bầm tím."

Câu chuyện do chính nhân chứng kể lại đã cho chúng ta nhiều chi tiết rõ nét về thực trạng diễn ra trong phong trào đấu tranh vào lúc đó. Bức tranh đàn áp của Chính phủ Diệm không chỉ có những nét phản dân chủ, mà còn bị bôi đen một cách thê thảm bởi cách hành xử của những người thi hành công vụ theo lối côn đồ, công khai hành hạ và cướp giật tiền bạc của người dân một cách thô bạo, thiếu văn hóa. Điều này giải thích vì sao mỗi ngày người dân thủ đô đều phải "suy tôn Ngô Tổng Thống" nhưng chỉ ngay sau khi chế độ sụp đổ thì họ lập tức bày tỏ niềm vui mừng vô hạn và công khai bày tỏ sự ủng hộ những người đảo chính.

5. NHỮNG THÔNG TIN TRÁI CHIỀU

Trong số 47 nhân chứng được phỏng vấn, ngoài những người do chính Phái đoàn chọn lựa và tìm gặp, còn có một số tự nguyện tìm đến gặp Phái đoàn để cung cấp thông tin. Đó là các nhân chứng từ số thứ tự 36 đến 43. Chúng ta có thể tìm thấy những thông tin trái chiều được cung cấp từ một số trong các nhân chứng này. Tuy nhiên, có vẻ như các thông tin này chiếm tỷ lệ quá ít để có thể làm thay đổi nhận thức về sự thật. Hơn nữa, hầu hết các thông tin này đều được đưa ra theo cách võ đoán, một chiều và không có những chứng cứ xác thực đi kèm. Thông tin trái chiều cũng được thấy ở một vài nhân chứng thuộc nhóm đối tượng khác, thường là biểu lộ sự vô cảm, không quan tâm đến cuộc đấu tranh đang diễn ra của Phật giáo. Chúng tôi đặc biệt lưu ý thấy điều này ở các nhân chứng là thành viên của Ủy ban Liên hiệp Bảo vệ Phật giáo Thuần túy, vốn là một Ủy ban gồm 7 thành viên do Chính phủ Diệm vận động dựng lên vào ngày 24-8-1963, ngay sau khi họ đã tiến hành chiến dịch bố ráp và bắt giam hầu hết các vị lãnh đạo Phật giáo.

Khi được hỏi rằng Chính phủ và quân đội có can thiệp gì trong hoạt động ở chùa của họ không, các vị sư này đã trả lời là không. Dù vậy, họ thừa nhận là vào đêm 20-8-1963, cả thảy 30 vị sư trong chùa đều bị bắt đi. Tuy nhiên, sau đó tất cả đều được thả ra sau một cuộc xét hỏi ngắn. Khi được hỏi về nội dung tra xét, họ cho biết Chính phủ đã hỏi họ đứng về phía những người biểu tình hay về phía Chính phủ. Họ trả lời họ không tham gia gì, không có quan hệ gì với những người biểu tình và họ muốn duy trì quan hệ tốt với Chính phủ.

The CHAIRMAN: When you were asked whether you were sympathetic with the demonstrators, what was your answer? And when you were asked about your relations with the Government, what was your answer?

WITNESS: Our answer to the first question was that we hadn't done anything; we had no part to play. Our answer to the second question was that we have good relations with the Government and we intend to keep them that way.

Khi được hỏi về tự do tôn giáo, họ nói: *"Không có trở ngại hay áp lực gì cả. Chúng tôi hoàn toàn được tự do."* (No obstacles or pressure in any way. We had complete freedom.)

Một thông tin trái chiều khác được đưa ra bởi nhân chứng thứ 18, đặc biệt với sự hiện diện của nhiều người nhưng chỉ duy nhất nhân chứng này là người trả lời các câu hỏi của Phái đoàn *(A number of witnesses were present and only one of them would answer the Mission's questions).*

Mr. CORREA DA COSTA: Have any of your rights been violated?

WITNESS: There have been no restrictions whatsoever here. We have full liberty to practise our religion.

The CHAIRMAN: Has there been any restriction in other pagodas elsewhere in the country?

WITNESS: Up until now there has been no trouble at all.

The CHAIRMAN: Anywhere?

WITNESS: Since the establishment of the Republic of Viet Nam, Buddhism in this country has grown to a great extent. There are already 1,000 pagodas in this country.

Ông Mr. Correa Da Costa: Có bất cứ quyền tự do nào của quý vị bị xâm phạm hay không?

Nhân chứng: Ở đây không có bất kỳ sự hạn chế nào cả. Chúng tôi được tự do hoàn toàn trong sự tu tập theo tôn giáo của mình.

Trưởng đoàn: Có hạn chế nào ở những chùa khác thuộc những nơi khác trong nước hay không?

Nhân chứng: Cho đến lúc này thì không có bất kỳ khó khăn nào cả.

Trưởng đoàn: Ở đâu cũng vậy sao?

Nhân chứng: Từ khi thành lập Chính phủ Việt Nam Cộng hòa, Phật giáo ở đất nước này đã phát triển hết sức mạnh mẽ. Hiện đã có đến 1.000 ngôi chùa trên khắp nước.

Khi được hỏi về các vấn đề đang diễn ra với Phật giáo Việt Nam, nhân chứng này bộc lộ rõ sự thờ ơ vô cảm. Ngôi chùa này không có ai bị bắt.

The CHAIRMAN : What is the feeling here about the arrests which have taken place elsewhere?

WITNESS: Our feeling is just that if they are arrested, that is their affair. They may have trouble with the Government - maybe they have violated the law. We can only accept the fact and it does not affect us.

The CHAIRMAN: Is it a fact that some monks have burned themselves?

WITNESS : Like you, we have only heard about this. We have not seen it.

The CHAIRMAN: The whole world knows this and the Government admits it. What is your feeling about it ?

WITNESS: The monks that burned themselves belonged to sects other than this one. This one is a long-established sect; it goes back 200 years. Those people burned themselves in the name of their sect. There is no connexion between those suicides and this particular sect.

The CHAIRMAN: As human beings, what are your feelings about these suicides?

WITNESS : Perhaps they had a reason to burn themselves, but we do not understand this reason. In recent history, there have been no cases of suicidal burning. This may have occurred in the past, but not recently,

The CHAIRMAN : What were your feelings when you heard that these monks and co-religionists had burned themselves?

WITNESS: According to our belief, of course, whenever we hear about such things, we are sorry and we pray that their souls will go to heaven.

Vị Trưởng đoàn: Quý vị ở đây cảm thấy thế nào về những vụ bắt bớ diễn ra ở nhiều nơi khác?

Nhân chứng: Chúng tôi chỉ cảm thấy là, nếu họ bị bắt thì đó là chuyện của họ. Có thể họ có vấn đề với Chính phủ - có thể họ vi phạm pháp luật. Chúng tôi chỉ có thể chấp nhận thực tế ấy và điều đó không ảnh hưởng đến chúng tôi.

Vị Trưởng đoàn: Có phải thực tế là đã có một số vị tăng tự thiêu?

Nhân chứng: Cũng giống như các ông, chúng tôi chỉ nghe nói thôi. Chúng tôi không nhìn thấy điều đó.

Vị Trưởng đoàn: Cả thế giới đều biết việc này và Chính phủ cũng đã thừa nhận. Ông cảm thấy thế nào về việc này?

Nhân chứng: Vị sư tự thiêu thuộc về một tông phái khác, không phải tông phái này. Tông phái này được thành lập từ rất lâu, đến 200 năm trước. Những người tự thiêu nhân danh tông phái của họ. Không có mối liên hệ nào giữa những vụ tự thiêu đó với tông phái này.

Vị Trưởng đoàn: Từ góc độ con người, các vị cảm thấy thế nào về những vụ tự thiêu này?

Nhân chứng: Có lẽ họ có một lý do để tự thiêu, nhưng chúng tôi không hiểu được lý do này. Trong lịch sử gần đây, không có trường hợp tự thiêu nào cả. Điều này có thể đã từng xảy ra trong quá khứ, nhưng không phải gần đây.

Vị Trưởng đoàn: Cảm xúc của ông thế nào khi nghe biết việc những vị sư này, những người đồng đạo của mình đã tự thiêu thân?

Nhân chứng: Tất nhiên, theo niềm tin của chúng tôi, mỗi khi nghe những chuyện như thế thì chúng tôi lấy làm tiếc và chúng tôi cầu nguyện cho hương linh của họ được siêu thoát.

Nhân chứng thứ 36 là một người tự nguyện đến gặp Phái đoàn. Anh ta cung cấp một loạt thông tin hoàn toàn lặp lại những quan điểm của Chính phủ mà chúng ta đã tìm hiểu. Đó là, Việt cộng đã lợi dụng vấn đề của Phật giáo, đã xen vào kích động, xúi giục người Phật tử. Đây là lời khai của nhân chứng này:

The Communists, as you know, are trying to infiltrate this country and since you are seeking the truth there is no doubt that following the Buddhist incidents the communist Viet-Cong has been trying to take advantage of the situation...

Những người Cộng sản, như quý vị đã biết, đang cố xâm nhập vào đất nước này, và vì quý vị đang điều tra sự thật, rõ ràng không nghi ngờ gì nữa, theo sau những biến cố của Phật giáo, Việt cộng đã cố lợi dụng tình thế này...

... As to the suicides by burning and the demonstrations, that was inspired by the Communists. The Government has given freedom of worship; the Government has not oppressed the Buddhists.

... Còn về những vụ tự thiêu và biểu tình, đó là do sự kích động của những người Cộng sản. Chính phủ đã ban hành tự do tín ngưỡng; Chính phủ không có đàn áp Phật giáo.

Tuy nhiên, phái đoàn không chỉ lắng nghe một chiều, họ

cũng chất vấn những điểm không hợp lý. Vì nhân chứng cho rằng Chính phủ hoàn toàn tôn trọng tự do tín ngưỡng, một thành viên Phái đoàn đã đặt câu hỏi:

Mr. KOIRALA: We know, and the Government has admitted it, that there are hundreds of Buddhists in prison. How do you account for this ?

WITNESS : The priests and monks have only one thing to do, to stay in their temples and say their prayers; if they come out and cause disturbances, it is normal that they are placed in a quiet place so that they cannot carry out such activities.

Mr. KOIRALA: Thich Tinh Khiet, a most respected Buddhist, was he not also arrested?

WITNESS : During a time when the Government is fighting for its freedom and liberty in this country, whoever creates a threat to the security of the nation must be put in jail.

Mr. Koirala: Chúng tôi được biết, và Chính phủ cũng đã thừa nhận, rằng hiện có hàng trăm Phật tử còn bị giam trong tù. Ông giải thích điều này thế nào?

Nhân chứng: Các thầy tu chỉ có một việc duy nhất để làm là ở yên trong chùa lo tụng kinh. Nếu họ đi ra ngoài và gây rối, điều tự nhiên là phải nhốt họ vào một nơi để họ không thể gây rối nữa.

Mr. Koirala: Chẳng phải Hòa thượng Thích Tịnh Khiết, một bậc thầy đáng kính nhất của Phật giáo cũng bị bắt đó sao?

Nhân chứng: Trong lúc Chính phủ đang nỗ lực chiến đấu cho tự do ở đất nước này, thì bất cứ ai tạo ra mối đe dọa đến an ninh quốc gia đều phải bị nhốt hết vào tù.

Có vẻ như tính khách quan của nhân chứng đã bị nghi

ngờ sau những thông tin một chiều mà anh ta cung cấp. Vì thế, một thành viên trong đoàn chất vấn:

Mr. GUNEWARDENE: You have repeated no less than six times that you are a Buddhist. What was the necessity for you to impress on us that you are a Buddhist, so many times?

WITNESS : Because I want to impress you with the fact that I am a Buddhist and that in this country Buddhists can practise their religion.

Mr. Gunewardene: Ông đã lặp lại không ít hơn 6 lần rằng ông là Phật tử. Có gì cần thiết để ông phải nhấn mạnh với chúng tôi quá nhiều lần việc ông là Phật tử?

Nhân chứng: Bởi vì tôi muốn nhấn mạnh với các ông sự thật rằng tôi là Phật tử và rằng ở đất nước này Phật tử có thể thực hành tôn giáo của họ.

Hầu hết những thông tin trái chiều chỉ là sự lặp lại các lập luận do Chính phủ đã đưa ra trước đó về sự can thiệp của những người Cộng sản, đồng thời phủ nhận hoàn toàn sự phân biệt và đàn áp của Chính phủ đối với Phật giáo. Và như đã nói, theo như ghi nhận trong bản Phúc trình thì những thông tin loại này chiếm một tỷ lệ rất thấp và không có tính thuyết phục.

IV. VÀI SỰ THẬT LỊCH SỬ

Lịch sử luôn có những diễn tiến bất ngờ và ngoài dự tính của chúng ta. Cuộc điều tra của Phái đoàn Liên Hiệp Quốc diễn ra ngay sau thời điểm mà cuộc đấu tranh đòi bình đẳng của Phật giáo tại miền Nam Việt Nam bị đàn áp đến mức độ khốc liệt nhất bởi trận càn quét của Chính phủ ông Diệm vào đêm 20-8-1963. Tất cả các vị lãnh đạo chủ chốt của Phật giáo đều bị bắt giam, đe dọa; thậm chí sinh viên học sinh tham gia biểu tình ôn hòa ủng hộ Phật giáo cũng bị bắt giam và "cải huấn". Thế rồi ngay trong thời gian Phái đoàn vẫn còn lưu trú tại Sài Gòn thì chế độ đàn áp Phật giáo này đã sụp đổ sau cuộc đảo chính của chính những tướng lãnh quân đội từng phục vụ trong lòng chế độ.

Trước sự thật lịch sử đó, đối với những người Việt Nam đã từng sống trong thời gian diễn ra những biến động này thì câu hỏi "Có đàn áp Phật giáo hay không" là một câu hỏi quá thừa. Tuy nhiên, đối với thế hệ những người đi sau không được trực tiếp chứng kiến, cũng như từ góc nhìn của những người sống ngoài nước, thì sự thật này cũng như nhiều vấn đề liên quan khác tinh tế hơn đã và đang bị một số người cố tình nhận thức theo hướng bóp méo và sai lệch. Điều đó khiến cho vai trò thực sự của phong trào Phật giáo năm 1963 cũng như của nhiều vị lãnh đạo phong trào bị hiểu sai hoặc quy chụp theo hướng hoàn toàn không đúng với sự thật lịch sử.

Bằng vào những ghi chép khách quan và chính xác trong Phúc trình A/5630, chúng ta có thể xác định được một số nét cơ bản nhất về giai đoạn đầy biến động này, thông qua đó nhận thức được một cách chính xác và đầy đủ hơn về những gì đã diễn ra trong lịch sử. Tuy nhiên, trước khi có thể đặt niềm tin vào những gì ghi chép trong bản Phúc trình như một cứ liệu lịch sử, chúng ta cần khách quan nhận hiểu một vài giá trị thực tế về chính bản Phúc trình này.

Một trong các tài liệu bằng Anh ngữ có đề cập đến bản Phúc trình này, hay nói chính xác hơn là đến cuộc điều tra của Phái đoàn Liên Hiệp Quốc, là tập Khảo luận đã xuất bản mang tựa đề *"A United Nations High Commissioner For Human Rights"* (Một Cao Ủy Liên Hiệp Quốc về Nhân Quyền) của Giáo sư Roger Stenson Clark, do Martinus Nijhoff (Hà Lan), xuất bản năm 1972.

Tác giả của công trình khảo luận, Giáo sư Roger Stenson

Clark, là người New Zealand, giảng sư về Luật học tại trường Victoria University of Wellington. Ông nhận được học bổng nghiên cứu của Đại học Luật Columbia tại New York trong hai năm 1968 và 1969. Đây cũng là thời gian ông quan tâm đến một cơ chế bảo vệ nhân quyền ở cấp độ quốc tế (International Protection of Human Rights) khi làm nội trú tại cơ quan Human Rights Division thuộc Văn phòng Tổng Thư ký Liên Hiệp Quốc vào tháng 8 năm 1968.

Từ đó, ông thu thập tài liệu, nghiên cứu, thảo luận với nhiều bạn đồng nghiệp và hoàn thành khảo luận *"A United Nations High Commissioner For Human Rights"*. Những ý kiến của ông trong khảo luận này đã góp phần vào sự hình thành Văn phòng Cao ủy Liên Hiệp Quốc về Nhân quyền (Office of the United Nations High Commissioner for Human Rights - OHCHR) vào ngày 20-12-1993, tức là hơn 20 năm sau khi tập sách ra đời.

Tập khảo luận gồm 7 chương. Trong Chương III, *The Function of the Commissioner*, mục a, trang 67, ông có đề cập đến Phái đoàn Điều tra Liên Hiệp Quốc tại Việt Nam vào năm 1963 với đoạn văn sau:

"It arrived in Saigon in late October and heard a number of witnesses. Unfortunately for the scholar, the affair ended inconclusively as a result of the successful coup against President Diem that took place while the Mission was in Saigon."

(Phái đoàn đến Sài Gòn vào cuối tháng 10 [năm 1963] và đã nghe một số nhân chứng. Không may cho nhóm nghiên cứu, công việc đã kết thúc không đi đến kết quả cuối cùng vì cuộc đảo chánh Tổng thống Diệm thành công khi Phái đoàn đang ở Sài Gòn.)

Uy tín của Giáo sư Roger Stenson Clark và giá trị tự thân của tập khảo luận tất nhiên mang lại cho đoạn trích trên một mức độ xác tín cao và thuyết phục người đọc. Tuy nhiên, dựa vào nội dung của chính bản Phúc trình như chúng ta đã trích dẫn và phân tích trên, đoạn văn này cũng cần được xem xét lại. Hơn thế nữa, ông Nguyễn Văn Lục, một trí thức Công giáo ở Mỹ, trong một bài viết mang tựa đề "Liên Hiệp Quốc và cuộc khủng hoảng Phật giáo 1963", còn đẩy xa hơn mức độ sai lệch khi trích dẫn gián tiếp và không đầy đủ đoạn văn trên:

> *"Theo Clark thì cuộc điều tra, bắt đầu vào cuối tháng 10 và kết thúc khi cuộc đảo chánh TT Ngô Đình Diệm thành công, không có kết luận, "the affair ended inconclusively".*

Nói rằng cuộc điều tra không có kết luận là một sự võ đoán sai lầm, và cố tình lạc dẫn người đọc, bởi nhiệm vụ của Phái đoàn điều tra là Phúc trình kết quả điều tra lên Đại Hội Đồng Liên Hiệp Quốc, như đã được đề ra từ đầu. Nếu họ được giao thẩm quyền kết luận, thì việc đưa vấn đề ra thảo luận trong Đề mục 77 tại Kỳ họp Thường niên thứ 18 của Đại Hội Đồng Liên Hiệp Quốc như dự tính sẽ là một việc làm thừa. Hơn thế nữa, Clark có lẽ đã dựa vào diễn tiến bất ngờ của sự kiện đảo chính nằm ngoài dự tính nên cho rằng cuộc điều tra chưa đạt đến kết quả cuối cùng, nhưng bản thân những người thực hiện cuộc điều tra lại hoàn toàn không nói như thế. Vào buổi sáng ngày 1 tháng 11, Phái đoàn đã có quyết định đánh giá là sẽ hoàn tất mọi việc liên quan đến Việt Nam vào chiều tối ngày 3-11-1963 và rời Sài Gòn trong cùng ngày. *(Finally, the Mission had decided on the morning of 1 November, that it was in a position to complete its task regarding Viet-Nam by the evening of 3 November, and set that date for its departure from Saigon.)* Vào lúc đó, mọi việc đang diễn tiến bình thường và Phái đoàn chưa hề hay biết gì về cuộc đảo chính. Chỉ đến 2 giờ chiều ngày 1-11, Phái đoàn mới nhận biết được những dấu hiệu đầu tiên về cuộc đảo chính, ngay sau khi đã hoàn tất buổi phỏng vấn và trở về từ nhà tù của Trung tâm Thẩm vấn Nha Tổng Giám Đốc Cảnh sát Quốc gia. *(The first indications of the insurrection reached the Mission at the Hotel Majestic at about 2 p.m. on 1 November. The Mission had just returned from the Trung-Tam Tham-Van Cua Nha Tong-Giam-Doc Canh-Sat-Quoc-Gia Prison.)* Như vậy, có thể kết luận là cuộc điều tra đã bước vào giai đoạn cuối cùng, khi những người thực hiện xét thấy đã hoàn tất được tất cả những công đoạn cần thiết.

Vị Trưởng đoàn cũng khẳng định điều này một lần nữa khi từ chối lời mời tiếp tục ở lại của Hội đồng Quân nhân Cách mạng, nêu rõ là công việc điều tra của Phái đoàn theo dự kiến đã hoàn tất và việc ở lại thêm quá ngày khởi hành đã định là không cần thiết. *(The Chairman stated that he did not consider it necessary for the Mission to remain in Viet-Nam beyond the day it had fixed for its departure, because it had completed its investigations as contemplated by its terms of reference.)*

Một đoạn văn khác trong bản Phúc trình cho thấy Phái đoàn không chỉ hoàn tất nhiệm vụ điều tra tại Việt Nam, mà sau khi rời Việt Nam vẫn tiếp tục nỗ lực chuẩn bị văn bản để trình lên Đại Hội Đồng Liên Hiệp Quốc đúng như nhiệm vụ đã được giao. *"Sau khi trở về Trụ sở Liên Hiệp Quốc, Phái đoàn đã tổ chức một số cuộc họp để xem xét bản báo cáo sẽ trình lên Đại Hội Đồng."* *(After its return to United Nations Headquarters, the Mission held a number of meetings to consider its report to the General Assembly.)* Nói cách khác, không có ghi nhận nào trong bản Phúc trình nói rằng cuộc đảo chính ngày 1-11-1963 đã làm gián đoạn hay trở ngại cho nhiệm vụ điều tra của Phái đoàn.

Theo một cách nhìn nhận khác, khi phân tích toàn bộ Phúc trình A/5630, chúng ta thấy rõ tính hoàn chỉnh của văn bản, không chỉ ở những phần trình bày sự chuẩn bị cũng như phương thức làm việc của Phái đoàn, mà còn thể hiện rất rõ trong các phần ghi nhận kết quả phỏng vấn các nhân vật liên quan mà Phái đoàn đã chọn lựa, đồng thời cũng ghi nhận cả việc Phái đoàn hoàn tất việc tổng hợp và hệ thống tất cả các cáo buộc nhận được và đã chuyển đến Chính phủ Việt Nam Cộng Hòa. Bản Phúc trình cũng ghi nhận cả những ý kiến trả lời cáo buộc từ phía Chính phủ, trong đó có việc phủ nhận cái chết của nữ sinh Quách Thị Trang trong cuộc biểu tình ngày 25-8-1963, rằng Chính phủ Việt Nam không hề nhận được báo cáo nào về sự việc này. *(No young girl was killed during the demonstration of 25 August 1963; the Viet-Namese authorities have not received any report of such an incident.)* Tất nhiên, tất cả chúng ta đều biết đây là một sự phủ nhận hoàn toàn dối trá, bởi cái chết của Quách Thị Trang có sự chứng kiến của hàng ngàn người và đã gây xúc động sâu xa trong lòng hàng triệu người khác nữa, nên Chính phủ không thể nói là "hoàn toàn không biết", trừ phi họ cố tình nói dối như thế.

Những ghi nhận chi tiết và hoàn chỉnh với đầy đủ các quy trình cần thiết của một cuộc điều tra cho phép chúng ta tin chắc rằng Phái đoàn đã hoàn tất được nhiệm vụ của họ và không chịu ảnh hưởng gì đáng kể từ sự kiện đảo chính. Tính hoàn chỉnh này cũng được Giáo sư Clark ghi nhận và đánh giá cao trong khảo luận của ông, ngay trong cùng đoạn văn vừa trích dẫn trên. Ông viết: *"Tuy nhiên, việc bổ nhiệm Phái đoàn điều tra này đã đóng góp một tiền lệ quý giá, và bản Phúc trình đồ sộ ghi chép nhiều tiến trình điều tra của Phái đoàn là những giá trị quý báu cho bất kỳ phái đoàn quốc tế điều tra sự thật nào trong tương lai."* (However, the appointment of the Mission constituted a valuable precedent and its voluminous report contains much on the Mission's procedures that is of value to any future international fact-

finder.)

Như vậy, với các yếu tố phân tích trên, chúng ta có thể tin chắc rằng Phúc trình A/5630 là một công trình hoàn chỉnh, thể hiện đầy đủ kết quả của những nỗ lực điều tra có phương pháp khoa học, được thực hiện bởi một Phái đoàn bao gồm nhiều thành viên từ các nước khác nhau do Liên Hiệp Quốc chỉ định và giao phó nhiệm vụ một cách khách quan đối với vấn đề vi phạm nhân quyền, mà cụ thể là đàn áp Phật giáo tại Việt Nam. Với mức độ xác tín như thế, chúng ta có thể ghi nhận một số sự thật quan trọng từ nội dung Phúc trình này như sau:

1. Bất bình đẳng tôn giáo là có thật

Một trong các Phụ lục được đưa kèm theo bản Phúc trình là nội dung Dụ số 10. Qua đó, cáo buộc của các nhân chứng là đúng thật, vì có thể đối chiếu rõ ràng với văn bản này. Sau khi quy định hàng loạt các biện pháp kiểm soát khắt khe của Chính phủ đối với tất cả các tôn giáo (bị xem như các hội đoàn), Điều 44 đã công khai tách riêng Thiên Chúa giáo ra khỏi tầm ảnh hưởng của Dụ số 10 như một ngoại lệ.

Phái đoàn cũng ghi nhận đa số tuyệt đối tín đồ Phật giáo trong những người bị giam giữ mà họ tiếp xúc. Trước sự thật này, vị Trưởng đoàn đã chất vấn ông Nguyễn Đình Thuần, Bộ trưởng Phủ Tổng Thống: "Chúng tôi muốn biết tại sao tất cả những người bị giam giữ, dù là sinh viên hay các thành phần khác, đều chỉ toàn là tín đồ Phật giáo, bao gồm cả các vị tăng sĩ đã từng tham gia đàm phán [với Chính phủ] trước đây?" (*We would like to know how it is then that all those people who have been detained, whether students or others, are only Buddhists, including the monks, who took part in previous negotiations?*)

2. Đàn áp Phật giáo là có thật

Việc bắt giam hàng loạt tăng ni Phật tử Việt Nam mà không đưa ra được chứng cứ phạm tội nào là một sự thật không thể phủ nhận. Phái đoàn đã tiếp xúc và ghi nhận sự thật này từ các sinh viên học sinh còn đang bị giam trong trại "cải huấn" và các vị tăng sĩ đang còn bị giam trong tù. Chính phủ cũng công khai thừa nhận có đến khoảng 300 người vẫn còn bị giam giữ. Đặc biệt, Phái đoàn đã tiếp xúc được với một số vị lãnh đạo Phật giáo đang còn bị giam giữ là Thích Trí Thủ, Thích Quảng Liên, Thích Tâm Giác, Thích Tâm Châu, Thích Đức Nghiệp, Thích Tiến Minh và cư sĩ Chánh Trí Mai Thọ Truyền. Phái đoàn cũng xác nhận được việc tăng ni Phật tử bị thương tích trong cuộc tấn công các chùa đêm 20-8-1963 qua việc viếng thăm Bệnh viện Duy Tân. Rất nhiều nhân chứng khác là những người trực tiếp bị bắt bớ, đánh đập, đã cung cấp cho Phái đoàn những chứng cứ không thể phủ nhận về việc đàn áp Phật giáo, kể cả những dấu vết thương tật do bị tấn công và đánh đập.

3. Phật giáo không tham gia chính trị

Trong văn bản chính thức cũng như qua những cuộc phỏng vấn các thành viên Chính phủ, luận điệu xuyên tạc được lặp lại nhiều lần nhất là cho rằng cuộc đấu tranh của Phật giáo mang mục đích chính trị và bị kích động từ những người Cộng sản. Phái đoàn đã liên tục lặp lại yêu cầu phía Chính phủ đưa ra chứng cứ. Tuy nhiên, bất chấp những lời hứa từ các thành viên Chính phủ, cho đến phút cuối Phái đoàn vẫn không nhận được bất kỳ văn bản nào trong số các văn bản quan trọng mà họ đã hứa sẽ cung cấp, bao gồm các *"tài liệu của Cộng sản được tìm thấy trong các chùa"*, *"lời khai của ông Đặng Ngọc Lựu về âm mưu chuẩn bị trước của cộng sản trong vụ Đài Phát Thanh Huế"*, *"chứng nhận của chuyên gia y tế rằng các nạn nhân bị chết vì chất nổ plastic của Việt cộng"* v.v... Nói cách khác, theo thông tin Phái đoàn thu thập được thì lập luận của Chính phủ chỉ là những cáo buộc một chiều và hoàn toàn không có chứng cứ.

Trong thực tế, bản Phúc trình không ghi nhận bất kỳ trường hợp nào cho thấy có mối liên hệ giữa cuộc đấu tranh đòi quyền bình đẳng tôn giáo của Phật giáo với các yếu tố chính trị, càng không có bất kỳ liên quan nào đến cuộc đảo chính của các tướng lãnh quân đội ngày 1-11-1963. Trong suốt thời gian diễn ra đảo chính và sau đó, Phật giáo không có bất kỳ một vai trò nào liên quan dù là rất nhỏ.

4. Lãnh đạo Phật giáo hoàn toàn độc lập

Hệ quả của những cáo buộc trên là việc quy chụp cho các lãnh đạo Phật giáo, đặc biệt là Thượng tọa Thích Trí Quang, một động cơ chính trị, cho rằng họ đã sử dụng phong trào Phật giáo như một công cụ phục vụ mưu đồ chính trị.

Tuy nhiên, như đã nói trên, Chính phủ ông Diệm không thực sự đưa ra được bất kỳ yếu tố chứng minh nào mà chỉ cáo buộc một chiều như thế. Việc Phái đoàn không tiếp xúc được với Thượng tọa Thích Trí Quang vì lý do đang tỵ nạn trong Tòa Đại sứ Mỹ có thể xem như một chứng cứ ngược lại, cho thấy Thượng tọa không có bất kỳ mối liên quan nào đến cuộc đảo chính, vì trước và trong khi đảo chính diễn ra thì Thượng tọa vẫn luôn trong tình trạng bị cô lập hoàn toàn, không được tiếp xúc với bất kỳ ai bên ngoài Tòa Đại sứ Mỹ.

Đối với tất cả các vị lãnh đạo Phật giáo khác, chúng ta cũng không thấy họ giữ bất kỳ một vai trò nào liên quan đến lực lượng đảo chính, kể cả trước và sau khi đảo chính diễn ra.

Cuối cùng, lực lượng đảo chính được xác định rõ ràng là quân đội dưới quyền các tướng lãnh, còn nguyên nhân đảo chính là sự bất mãn ngày càng gia tăng trong dân chúng đối với Chính phủ ông Diệm vì những chính sách độc tài, áp chế. Điều này thể hiện rõ qua cái chết thê thảm của hai anh em ông Diệm, ông Nhu cùng với sự vui mừng của người dân Sài Gòn sau ngày đảo chính, và ngay sau đó nữa là sự phẫn nộ của người dân miền Trung đối với ông Ngô Đình Cẩn... Tất cả những điều đó hoàn toàn không liên quan gì đến cuộc đấu tranh đòi bình đẳng tôn giáo của Phật giáo.

Nói một cách chính xác hơn thì vai trò duy nhất của Phật giáo nếu có, đơn giản chỉ nằm ở việc Phật giáo chiếm một tỷ lệ cao trong dân số, và vì thế mà đa số quân nhân tham gia đảo chính đều có người thân, gia đình là Phật tử. Đó có thể là một phần trong những nguyên nhân và động lực thúc đẩy họ tham gia đảo chính, nhưng tuyệt đối không thể vì thế mà cho rằng phong trào vận động của Phật giáo có liên quan hay bị chi phối bởi những người đảo chính. Tương tự, cáo buộc về sự kích động của phe Cộng sản cũng hoàn toàn vô căn cứ và là một sự xuyên tạc sự thật.

V. MỘT VÀI NHẬN ĐỊNH

Các tác giả của Phúc trình A/5630 là những điều tra viên hết sức khách quan và đầy tinh thần trách nhiệm. Hơn thế nữa, phương pháp làm việc của họ cũng khách quan và khoa học, nên những kết quả có được là vô cùng khả tín. Mặc dù đã xảy ra cuộc đảo chính bất ngờ và chế độ Ngô Đình Diệm sụp đổ, nhưng Phái đoàn vẫn hoàn tất cuộc điều tra và tiếp tục chuẩn bị đầy đủ văn bản, bao gồm toàn bộ nội dung Phúc trình và các phụ lục, để đệ trình lên Kỳ họp Thường niên thứ 18 của Đại Hội Đồng Liên Hiệp Quốc đúng như nhiệm vụ được giao.

Có vẻ như đây là Phái đoàn Điều tra đầu tiên của Liên Hiệp Quốc đã tạo ra được *"một tiền lệ quý giá"* và *"những giá trị quý báu cho bất kỳ phái đoàn quốc tế điều tra sự thật nào trong tương lai"*, theo như cách nói của Giáo sư Clark trong khảo luận đã dẫn. Tuy nhiên, điều đặc biệt nhất xảy ra với

Phái đoàn này là những kết quả điều tra tận tụy như thế đã không còn cần thiết phải đưa ra thảo luận trước Đại Hội Đồng Liên Hiệp Quốc theo như dự kiến. Điều này được quyết định và ghi lại trong biên bản phiên họp lần thứ 1280 vào ngày 13-12-1963 của Đại Hội Đồng ở tiểu mục 5:

In the light of recent events in South Viet-Nam, those who proposed Agenda Item 77 have informed me that they do not feel it would be useful to discuss the item of this time. Can I take it that, in the circumstances, the General Assembly feels it is not necessary to continue the consideration of item 77?

It was so decided.

Trong bối cảnh những biến cố gần đây ở Nam Việt Nam, những người đề xuất Đề mục 77 trong Nghị trình đã thông báo với tôi rằng họ thấy việc thảo luận đề mục ấy trong Kỳ họp này không còn hữu ích nữa. Trong trường hợp này, liệu tôi có thể xem như Đại Hội Đồng thấy rằng không còn cần thiết phải tiếp tục xem xét Đề mục 77?

Và Đại Hội Đồng đã quyết định như thế.

Như vậy, nguyên nhân đưa đến nhận định rằng Đề mục 77 không còn cần thiết phải xem xét nữa chính là vì *"những biến cố gần đây"*, tức là cuộc đảo chính và sự sụp đổ của chế độ Ngô Đình Diệm. Mặc dù vậy, ở tiểu mục 4 trước đó, vị Chủ tọa đã không quên xác nhận việc công bố kết quả điều tra trong Phúc trình A/5630:

Its report has just been issued [A/5630]. In this connexion, I must sincerely thank Mr. Pazhwak and Mr. Amor and all the members of the mission for the full and detail report which they have submitted and which they adopted unanimously.

Phúc trình của [Phái đoàn] vừa được công bố [với số

hiệu A/5630]. Trong bối cảnh này, tôi phải chân thành cảm ơn ông Pazhwak và ông Amor cùng tất cả thành viên của Phái đoàn vì đã đệ trình một bản Phúc trình chi tiết và đầy đủ với sự đồng thuận tuyệt đối.

Điều này một lần nữa cho thấy tính hoàn chỉnh và giá trị xác thực của bản Phúc trình này, cũng như tái khẳng định việc không đưa bản Phúc trình ra thảo luận xem xét chỉ đơn giản vì điều đó không còn cần thiết nữa, chứ hoàn toàn không phải do kết quả của việc điều tra.

Mặc dù vậy, chúng tôi hết sức ngạc nhiên khi đọc thấy đoạn sau đây trong cùng bài viết của ông Nguyễn Văn Lục mang tựa đề *"Liên Hiệp Quốc và cuộc khủng hoảng Phật giáo 1963",* đã dẫn trong một phần trước. Nếu như ở đoạn trước ông Lục chỉ trích dẫn một cách gián tiếp và không đầy đủ, thì phần trích dẫn dưới đây lại sai lệch hoàn toàn và khiến cho người đọc phải hoang mang vì không hiểu được ông đang sử dụng tài liệu theo phương thức nào. Ông Nguyễn Văn Lục vừa nhận định mang tính kết luận vừa trích dẫn như sau:

"Cho nên, bản Phúc trình của Phái đoàn điều tra LHQ được công bố vào ngày 13-12-1963 đã có đoạn kết luận như sau ra khỏi mọi mong muốn của cấp lãnh đạo Phật giáo tranh đấu:

"Những tố cáo đệ trình lên Đại Hội Đồng LHQ nhằm chống chính quyền Ngô Đình Diệm không đứng vững sau khi phái đoàn điều tra một cách khách quan. Không hề có kỳ thị cũng như đàn áp tôn giáo cũng không hề có sự đụng chạm đến tự do tín ngưỡng. Không thể có một cách nào khác để phán đoán những dữ kiện thực tế, những va chạm giữa một hệ phái, mà không phải là toàn thể cộng đồng Phật tử Việt Nam với chính quyền Ngô Đình Diệm hoàn toàn có tính cách chính trị. Đa số thành viên của phái đoàn điều tra đều đồng ý với

Chủ tịch Ủy ban." Report of the United Nations Facts Finding Mission to South Viet Nam. Washington: US government printing office, 1964, 254 trang Bản Phúc trình này được LHQ công bố ngày 13-12-1963, hơn hai tháng sau ngày đảo chính 1-11-1963.

"Trích bản dịch tiếng Việt của Nguyễn Vy Khanh trong cuốn "Nỗ lực hòa bình dang dở" (Une autre paix manquée). Biến cố Phật giáo 1963 chẳng những là một thất bại thê thảm về mặt chính trị, quân sự mà còn là một thất bại cả về mặt tôn giáo nữa." (Hết trích)[1]

Trước hết, chúng ta hãy nói về phương thức sử dụng văn bản. Ông Lục nói rằng *"bản Phúc trình... ... có đoạn kết luận như sau"*, nên hàm ý phần trích dẫn tiếp theo được rút ra từ Phúc trình A/5630. Tiếp theo, ở cuối đoạn trích, ông ghi nguồn: *"Report of the United Nations Facts Finding Mission to South Viet Nam. Washington: US government printing office, 1964, 254 trang"*. Như vậy, có thể hiểu đây là một bản in lại, vì bản do Liên Hiệp Quốc công bố không có nguồn từ *"Washington: US government printing office"* và được in trang khổ lớn, chỉ đánh số đến trang 93 là hết. Tiếp theo nữa, ông lại ghi *"Trích bản dịch tiếng Việt của Nguyễn Vy Khanh trong cuốn 'Nỗ lực hòa bình dang dở' (Une autre paix manquée).* Như vậy, người đọc phải hiểu là cả hai phần ghi nguồn ở trên ông Lục đều ghi lại theo bản dịch tiếng Việt của ông Nguyễn Vy Khanh, và ông Khanh thì trích lại tài liệu này trong tập sách của mình. Điều khó hiểu ở đây là tên sách của ông Khanh được chú thêm bằng tiếng Pháp, trong khi tên tài liệu trước đó ghi bằng tiếng Anh. Như vậy, rốt cuộc người đọc không thể hiểu được là ông Lục đã sử dụng lại tài liệu này dịch từ tiếng Anh hay từ tiếng Pháp?

---

[1] Có thể xem bài viết của ông Nguyễn Văn Lục tại đây: http://motgoctroi.com/DienDan/Dd_Chinhtri/LHQ_VudanapPG.htm

Do điểm thắc mắc này, chúng tôi đã đi tìm quyển sách mà ông Nguyễn Văn Lục trích dẫn và thấy tên sách đầy đủ là *"Ngô Đình Diệm và nỗ lực hòa bình dang dở"*, nguyên bản của tác giả Nguyễn Văn Châu với tên là *"Ngô Đình Diệm en 1963, une autre paix manquée"*. Như vậy, ông Nguyễn Vy Khanh đã dịch từ bản tiếng Pháp của ông Nguyễn Văn Châu; ông Nguyễn Văn Châu thì trích lại nội dung bản Phúc trình vào trong sách của mình, và rồi ông Nguyễn Văn Lục trích lại từ bản dịch tiếng Việt của Nguyễn Vy Khanh. Thật là một quy trình phức tạp khiến chúng tôi hoàn toàn không hiểu được vì sao ông Nguyễn Văn Lục không sử dụng trực tiếp nguyên bản tiếng Anh (hoặc tiếng Pháp) của Phúc trình A/5630, vốn được lưu hành rộng rãi và rất dễ dàng tiếp cận?

Mặt khác, toàn bộ đoạn trích dẫn của ông Nguyễn Văn Lục không được tìm thấy ở bất kỳ phần nào trong nội dung bản Phúc trình A/5630. Với cách sử dụng tài liệu "hỗn hợp" như vừa phân tích trên, chúng ta không thể biết được sự sai lệch này đã có từ bản in lại của *"US government printing office"* hay từ sự trích dẫn của ông Nguyễn Văn Châu, hay sai lệch qua bản dịch của Nguyễn Vy Khanh, mà cũng có thể từ chính sự trích dẫn của ông Nguyễn Văn Lục. Một khả năng suy đoán khác nữa là ông Nguyễn Văn Lục (hay ông Nguyễn Văn Châu) có thể đã trích đoạn văn trên từ một tài liệu nào khác nhưng đã ghi nguồn sai lệch là bản Phúc trình A/5630 này của Liên Hiệp Quốc. Cho dù là bắt nguồn từ đâu thì kết quả cuối cùng vẫn là một sự sai lầm hoàn toàn, khiến cho những người đọc không có điều kiện tiếp cận nguyên bản sẽ hiểu sai về nội dung Phúc trình A/5630.

Như vậy, về mặt văn bản thì đoạn trích trên đây của ông Nguyễn Văn Lục hoàn toàn không có giá trị xác tín, bởi khi tham chiếu đến văn bản gốc thì hoàn toàn không có.

Xét về ý nghĩa thì đoạn trích này cũng có hàng loạt những

điểm sai lầm rõ rệt. Chẳng hạn như câu: *"Những tố cáo đệ trình lên Đại Hội Đồng LHQ nhằm chống chính quyền Ngô Đình Diệm"* là hoàn toàn sai lầm. Văn bản tố cáo duy nhất được đệ trình lên Đại Hội Đồng Liên Hiệp Quốc vào ngày 4-9-1963 là Thỉnh nguyện thư của của 16 nước thành viên, và họ chỉ nêu ra những cáo buộc vi phạm nhân quyền để yêu cầu tìm hiểu sự thật, chứ không *"nhằm chống chính quyền Ngô Đình Diệm"*. Tất cả những cáo buộc khác mà Phái đoàn điều tra đã thu thập và gửi đến Chính phủ Ngô Đình Diệm là một phần trong tiến trình điều tra và chỉ được đệ trình lên Đại Hội Đồng Liên Hiệp Quốc sau khi soạn thảo hoàn chỉnh Phúc trình A/5630. Mục đích điều tra của Phái đoàn được xác định từ đầu là để tìm hiểu sự thật về những cáo buộc đã nhận được, hoàn toàn không có ý đồ *"chống chính quyền Ngô Đình Diệm"*.

Và khi đoạn trích này nói *"Những tố cáo... ...không đứng vững sau khi phái đoàn điều tra một cách khách quan"* thì rõ ràng chỉ là kiểu kết luận một chiều, vô căn cứ và cố tình xuyên tạc. Một kết luận như thế chẳng những hoàn toàn không có trong bản Phúc trình, mà những độc giả sáng suốt cũng không thể tự rút ra kết luận như thế từ những gì được trình bày trong bản Phúc trình. Hơn thế nữa, câu tiếp theo lại càng đi xa hơn khi khẳng định: *"Không hề có kỳ thị cũng như đàn áp tôn giáo cũng không hề có sự đụng chạm đến tự do tín ngưỡng."* Độc giả đã xem qua những trích dẫn từ bản Phúc trình này, với những sự thật mà chính Chính quyền Ngô Đình Diệm cũng phải thừa nhận như bắt giam tăng ni Phật tử (300 người vẫn còn bị giam khi Phái đoàn đến Việt Nam), đánh đập gây thương tích (Phái đoàn đã trực tiếp gặp những người bị thương và cả bác sĩ điều trị tại Bệnh viện Duy Tân) v.v... vậy phải hiểu như thế nào về lời khẳng định trên? Điều này chỉ có thể được đưa ra bởi một người chưa từng đọc qua bản Phúc trình này, hoặc có đọc qua nhưng cố tình bóp méo sự thật vì một ý đồ nào đó.

Nhưng đối với những ai đã được xem qua nội dung Phúc trình A/5630 thì một lời khẳng định như trên sẽ không thể làm thay đổi được gì trong nhận thức của họ về sự thật, mà chỉ có thể gợi lên ấn tượng về một lời nói dối hoàn toàn không có sức thuyết phục.

Chính từ những khẳng định vô căn cứ như thế, ông Nguyễn Văn Lục đã đi đến một kết luận cũng hoàn toàn vô căn cứ: *"Biến cố Phật giáo 1963 chẳng những là một thất bại thê thảm về mặt chính trị, quân sự mà còn là một thất bại cả về mặt tôn giáo nữa."*

Qua những gì chúng ta đã tìm hiểu trong các phần trên, câu văn này hoàn toàn sai lầm bởi nó phê phán và kết luận về những gì không thực sự hiện hữu. Phong trào Phật giáo 1963 không có bất kỳ mối liên hệ nào đến chính trị, quân sự, bởi thế không thể có sự thất bại hay thành công trong những lãnh vực này. Còn về mặt tôn giáo, Phật giáo đưa ra 5 nguyện vọng có thể quy chiếu về một phạm trù duy nhất là bình đẳng tôn giáo. Sự bình đẳng đó không thể đạt được từ chính phủ Ngô Đình Diệm, bởi nó đã sụp đổ, nhưng qua những gì mà Phật giáo đã phải chịu đựng như đau thương, mất mát, đàn áp, tù đày... thì chắc chắn những người kế nhiệm ít nhất cũng phải rút ra được một bài học rằng: đàn áp bằng bạo lực không thể là giải pháp để đạt được quyền lực chính trị bền vững. Phật giáo đã phải hy sinh quá nhiều để có được bài học quý giá đó, nhưng chắc chắn một điều nó sẽ vô cùng hữu ích trong việc hạn chế sự lặp lại của một chính sách đàn áp khác. Phật giáo chưa từng và cũng sẽ không bao giờ xem đây là một thành công của cuộc đấu tranh, nhưng ít nhất thì với kết quả tất yếu đó, phong trào Phật giáo 1963 cũng không phải là vô nghĩa.

Đã có những nhận định sai lầm khi liên kết phong trào đấu tranh đòi bình đẳng của Phật giáo năm 1963 với những mục đích chính trị, hoặc kết hợp những biến cố chính trị của năm 1963 và sau đó để đánh giá và phê phán về Phật giáo. Những điều này là hoàn toàn vô lý và bất công, bởi xét cho cùng thì cuộc đấu tranh của Phật giáo năm 1963 chỉ là một cuộc đấu tranh tự vệ, khi những những người Phật tử sau nhiều năm nhẫn nhục chịu đựng đã không còn khả năng tiếp tục chịu đựng được nữa. Và như thế, họ không còn lựa chọn nào khác, không có con đường nào khác, ngoài việc phải nói lên tiếng nói của mình một cách ôn hòa, cho dù điều đó đã dẫn đến hàng loạt những đau thương mất mát, đàn áp, tù đày... như chúng ta đã thấy.

Sai lầm lớn nhất của Chính phủ Ngô Đình Diệm là họ đã không chịu nhìn nhận Phật giáo như một phần không thể tách rời của dân tộc. Và vì thế, khi họ thẳng tay đàn áp Phật giáo thì điều tất yếu là họ cũng đang làm thương tổn cả dân tộc này, với hơn 80% là tín đồ Phật giáo vào thời điểm đó. Chính vì vậy, tuy họ nhắm đến đối tượng đàn áp là Phật giáo, nhưng hệ quả tất yếu mà họ phải nhận lãnh lại là sự mất hẳn lòng dân. Do đó, Chính quyền Diệm đã sụp đổ mà không có được dù chỉ một giọt nước mắt thương tiếc của người dân, mà chỉ có những nụ cười mãn nguyện với *"niềm hân hoan được thấy trên đường phố còn vượt hơn cả niềm vui ngày Tết"*.[1]

---

[1] Trích từ Điện văn số 875 của Đại sứ Cabot Lodge gửi về Bộ Ngoại Giao Mỹ ngày 2 tháng 11 năm 1963. Ông đã viết: "I'm told that the jubilation in the streets exceeds that which comes every new year." (Người ta bảo tôi rằng, niềm hân hoan được thấy trên đường phố còn vượt hơn cả niềm vui ngày Tết.)

www.ingramcontent.com/pod-product-compliance
Lightning Source LLC
Chambersburg PA
CBHW031748150726
47989CB00006B/2635